ஏற்புடைய வாழ்வுக்கான போராட்டம்
இளையோருக்கான வாழ்வியல் சிந்தனைகள்

ஏற்புடைய வாழ்வுக்கான போராட்டம்
இளையோருக்கான வாழ்வியல் சிந்தனைகள்

சந்தோஷ் குமார் அப்பு (பி. 1977)

இவரது முதல் சிறுகதை 'பேய்', காலச்சுவடு வெளியீடாக வந்த 'புதிய சலனங்கள்' என்னும் சிறுகதைத் தொகுப்பில் வெளிவந்தது. 2003இல் 'கதா' அமைப்பும் காலச்சுவடு இதழும் இணைந்து நடத்திய இளம் படைப்பாளிகளுக்கான சிறுகதைப் போட்டியில் அக்கதை தேர்வு பெற்றிருந்தது. கவிதாசரண், அரும்பு போன்ற இதழ்களில் சிறுகதைகள் எழுதியுள்ளார்.

தக்கலை கத்தோலிக்க மறைமாவட்டத்தில் அருட்பணியாளராகப் பணியாற்றிவரும் இவர், கடந்த பதினோரு ஆண்டுகளாக இளையோர் மேம்பாட்டில் தன்னை ஈடுபடுத்திக்கொண்டிருக்கிறார். உரோமை சலேசியன் பல்கலைக்கழகத்தில் இளையோர் பணியைப் பற்றிய ஆய்வை மேற்கொண்டு முனைவர் பட்டம் பெற்றுள்ளார்.

கைப்பேசி : 09443086105
மின்னஞ்சல் : ssanjoseph@gmail.com

சந்தோஷ் குமார் அப்பு

ஏற்புடைய வாழ்வுக்கான போராட்டம்

இளையோருக்கான வாழ்வியல் சிந்தனைகள்

வல்லமை

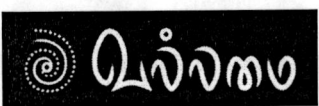

ஏற்புடைய வாழ்வுக்கான
போராட்டம்
சமூக உளவியல் கட்டுரைகள்
ஆசிரியர்: சந்தோஷ் குமார் அப்பு
© அ. சந்தோஷ் குமார்
முதல் பதிப்பு: நவம்பர் 2024

வல்லமை / காலச்சுவடு
669, கே.பி. சாலை
நாகர்கோவில் 629001

eeRpuTaiya vaazvukkaana
pooraaTTam
Social Psychology Essays
Author: Santhosh Kumar Appu
© A. Santhosh Kumar

Vallamai /
Kalachuvadu Publications Pvt. Ltd.,
669, K.P. Road
Nagercoil 629001
India

T.: 91-4652-278525
E.: vallamaibooks@gmail.com
ISBN: 978-93-6110-924-9

Language: Tamil
First Edition: November 2024
Pages: 104
Size: Demy 1 x 8
Paper: 18.6 kg maplitho

Printed at Adyar Students xerox Pvt. Ltd.,
No. 275 Habibullah Road, Triplicane high Road,
Opp Triplicane Post Office, Triplicane,
Chennai 600005

11/2024/S.No. 8, V 8, 18.6 (1) rss

வல்லமை
இது ஒரு காலச்சுவடு பதிவீடு

Vallamai
an imprint of Kalachuvadu Publications

நெறி தந்து உருவாக்கிய அன்பு அப்பா
பி. அப்புவுக்கு

பொருளடக்கம்

முன்னுரை	11
1. கீழ்ப்படிதல் என்னும் இருமுனைக் கத்தி	15
2. குழந்தை உரிமையைப் பாதுகாக்கும் சமூகக் குறியீடுகள் என்னும் ஆயுதம்	23
3. நேரிய வாழ்வும் நெருக்கடி நிலையும்	30
4. நுண்திறன் கருவிகளின் காலத்தில் தன்னிலையை நிறுவுதல்	39
5. ஏற்புக்கும் நிராகரிப்புக்கும் இடையே வாழ்வு	46
6. சமூகக் குறியீடுகளின் செயல்திறன்	54
7. அறிவுலகம் என்னும் கண்ணாமூச்சியும் சில தெளிவுகளும்	65
8. எதிரிகளைக் கட்டமைத்தல்	75
9. பெண்மை, தாய்மை, விடுதலைக்கான தாகம்	85
10. பன்முகச் சமூகங்களுடன் இணங்கி வாழ்தல்	98

முன்னுரை

சமூக வாழ்வைப் பற்றிப் புரிந்துகொள்வதற் கான கருத்தியல் கருவிகளைக் கொடுப்பதே இந்நூலின் நோக்கம். வாசகர்களின் புரிதலுக்காக, அக்கருவிகள் எடுத்துக்காட்டுகள் வழியாக, வெவ்வேறு தலைப்புகளின் கீழ் கட்டுரைகளினூடாக விவரிக்கப்பட்டுள்ளன. இக்கருத்தியல் கருவிகள் அனைத்தும், சமூகக் குறியீடுகள் என்னும் சமூக உளவியல் கொள்கையிலிருந்து எடுக்கப்பட்டவை. இதனை செர்ஜ் மோஸ்கோவிச்சி (1925-2014) என்னும் சமூக உளவியலாளர், இருபதாம் நூற்றாண்டின் பிற்பாதியில் ஆய்வு நூல்கள் வழியாகவும் கட்டுரைகள் வழியாகவும் முன்வைத்தார்.

உளவியல், சமூகவியல் ஆகிய இரு இயல்களி லிருந்தும் சமூக உளவியலை வேறுபடுத்தி, மானிட வாழ்வின் தனிப்பட்ட, சமூக வாழ்வைக் கட்டுப்படுத்தும் காரணிகளைச் சுட்டிக்காட்டித் தெளிவுபடுத்துவதில் சமூகக் குறியீடுகள் என்னும் கொள்கை பெருமளவு வெற்றிகண்டது. தனிமனித – சமூக உரையாடலை நிர்ணயிக்கும் காரணிகளை அடையாளம் காணவும், அவற்றின் இயங்காற்றலைப் புரிந்துகொள்ளவும் இக்கொள்கை உதவியது. எடுத்துக்காட்டாக, பதின்வயதுப் பள்ளி மாணவரின் அறிவாக்கத்தைக்கூடப் பாதித்திருக்கும் சாதியக் கட்டமைப்பு, வெறுமனே உளவியல் பிசகு என்றோ, சமூகத் திணிப்பு என்றோ சுருக்கிவிட முடியாது. பண்பாட்டு – வரலாற்று நனவிலிகளின் தொகுப்பு களாகச் சமூகத்தில் விரிந்து கிடக்கும், உயர்ந்தவர்

– தாழ்ந்தவர் என்னும் சாதீய உள்ளீடுகளின் அடிப்படையில், தனிமனிதர் தற்காலச் சமூகத்தோடு நடத்தும் உரையாடலின் விளைவு என்றே கூற இயலும். இவ்வியங்கு நிலையை ஆண் ஆதிக்கம், பாலியல் வன்முறை, ஊழல், சுரண்டல், ஆண்டான் – அடிமை மனநிலை, இந்நாட்டவர் – பிறநாட்டவர் பாகுபாடு என அனைத்திலும் காண முடியும்.[1]

இதைப் பற்றிப் புரிந்துகொள்வதற்கான முன்வரைவுகளை இக்கொள்கை முன்வைத்தது. இதுவே மானுட அறிவியலாக உருக்கொண்டது. அதன் அடிப்படையில், "நவீனச் சமூகங்களில் காணப்படும் உளவியல் செயல்பாடுகளையும் நிகழ்வுகளையும் பற்றிய அறிவுத்தேடலுக்கான கோட்பாடுகளையும் எண்ணங்களை யும் கொண்ட சமூக உளவியல் புறவரிச் சட்டம்"[2] என்று ஆய்வாளர் களால் வரையறுக்கப்பட்டது.

இந்நூலின் முதல் இரு கட்டுரைகளும், மானிட வாழ்வை மறைமுகமாவும் நேர்முகமாகவும் இயக்கும் 'அறிவுலகம்' என்னும் கருத்தியல் கருவியைப் பயன்படுத்தி எழுதப்பட்டுள்ளது. இக்கொள்கை அறிவுலகைச் சீரமைக்கப்பட்ட அல்லது உயர்மட்ட அறிவுலகம் என்றும் உடன்படு அறிவுலகம் என்றும் பிரித்து, உடன்படு அறிவுலகில் காணப்படும் உள்ளீடுகள் எப்படி அன்றாட வாழ்வை இயக்குகின்றன என்பதை எடுத்துக்காட்டுகள் வழியாக விளக்குகிறது. குழந்தை – பெண் பாலியல் சுரண்டல் பிரச்சினை மையப்படுத்தப்பட்டுள்ளது என்றாலும், இக்கருவியின் துணைகொண்டு, மத அடிப்படைவாதம், மதக்கலவரங்கள், வரதட்சணை, ஆணாதிக்கம், பெண் அடிமைத்தனம், சாதியக் கட்டமைப்புகள் எனப் பலவற்றை ஆய்வுசெய்ய இயலும்.

மூன்று, நான்காம் கட்டுரைகள், நான் – மற்றவை – பொருள் என்னும் உரையாடல் சார்ந்த கருவியை வைத்து எழுதப்பட்டுள்ளன. நம்மை அறியாமலேயே நம்முடைய தனித்தன்மையை இழக்க வைக்கும் ஆற்றல் சமூகக் குறியீடுகளுக்கு உண்டு. அவை தன்னிலையின் சுதந்திரத்தை மறுத்துத் தனித்தன்மையை மழுங்கடிக்கச் செய்யலாம். ஆகையால் ஒருவர் தனக்குள் உறைந்துகொண்டு இயக்கும் சமூகப் பொருட்களையோ அல்லது ஊடாடல் பொருட்களையோ கட்டுப்படுத்துவதன் அவசியத்தை இக்கட்டுரைகள் வலியுறுத்துகின்றன. போலியான வாழ்வு, தொழில்நுட்பத்தின் ஆதிக்கம் ஆகியவற்றின் துணையுடன்

---

1. Cf.Serge Moscovici, "Notes Towards a Description of Social Representations," *European Journal of Social Psychology*, 18, 1988, 211–250: 214.
2. Wolfgang Wagner et. al., "Theory and Method of Social Representations," in *Asian Journal of Social Psychology*, 2, 1999, 95–125: 95–96.

இக்கட்டுரைகள் விளக்கப்பட்டாலும், மூடப் பழக்கவழக்கங்கள், அடிமைப்படுத்தும் வரலாற்று – பண்பாட்டுக் கூறுகள் என அனைத்தையும் இதன்மூலம் விவாதங்களுக்குட்படுத்தலாம்.

ஐந்தாவது கட்டுரை, தனிமனிதருக்குள் நடக்கும் இருமுனை உரையாடல், நான் – மற்றவை என்னும் கருத்தியல் கருவியின் உதவியுடன் எழுதப்பட்டுள்ளது. மற்றவை என்பது பிறர் என்னைப் பற்றி நினைப்பதாக, நான் நினைக்கும் காரியங்களையும் உள்ளடக்கியது. மனிதர் கட்டமைத்த கட்டமைப்புகளையும் வரையறைகளையும் தாண்டி, எல்லா மனிதரும் தங்களது இயல்பால் மாண்புடையவர்கள் என்னும் உரையாடலுக்கான கூடுதல் தளங்களை இக்கட்டுரை முன்னெடுக்கும்.

சமூகக் குறியீடுகளின் செயல்திறன், சாதாரண மனிதர் சிந்திக்கும் விதங்கள், முரண்சார்ந்த சிந்தனைமுறை எப்படிச் சாதாரண மனிதருக்குள்ளே செயலாற்றுகிறது போன்றவற்றை ஆறு, ஏழு, பத்தாவது கட்டுரைகள் விளக்குகின்றன. இந்தியா போன்ற மக்களினங்களின் தொகுப்பு தேசியப் பிரச்சினையில் ஒற்றை அடையாளம், ஒற்றை மதம், ஒற்றை மொழி போன்றவை எப்படிப் பெரும் சிக்கல்களைச் சந்திக்கும் என்பதை மறைமுகமாக இக்கட்டுரைகள் முன்வைப்பதோடு, அனைவரும் இணக்கமாக வாழ வேண்டும் என்னும் பொதுப்புத்தியின் ஆசையை மூலதனமாக்கவும் இக்கட்டுரைகள் முன்வரைவுகளைப் பரிந்துரைக்கின்றன.

எட்டாவது கட்டுரை முரண்களை அடியொற்றி எண்ணுதல் என்னும் கருத்தியல் கருவியைக் கொண்டு தேசிய அளவில் நடக்கும் மதக்கலவரங்களை விளக்க முயல்கிறது. ஒன்றை மற்றொன்றோடு ஒப்பீட்டு, ஒன்றை முதன்மைப்படுத்த மற்றொன்றை மறுத்துரைத்தல் என்பது மனிதச் சிந்தனையின் பகுதியாக இருக்கிறது. இதன் அடிப்படையில் உருவாகும், நான் – அவன், நாம் – அவர்கள், நம்மவர் – மற்றவர்கள், நம் மதத்தினர் – பிற மதத்தினர், நல்லவர்கள் – கெட்டவர்கள் என்னும் சிந்தனை முறை ஆபத்துகளை அடைகாக்கின்றன என்பதையும் இக்கட்டுரை வலியுறுத்துகிறது.

தாய்மை சார்ந்த குறியீடுகளைப் பற்றிப் பேசும் ஒன்பதாவது கட்டுரை, சமூகக் குறியீடுகள் என்னும் கொள்கையின் உதவியுடன் எப்படிச் சமூக ஆய்வுகளை நடத்தலாம் என்பதற்கான மாதிரி ஒன்றை முன்வைக்கிறது. 'சாராஸ்' என்னும் மலையாளத் திரைப்படம் எழுப்பிய விவாதங்கள், எப்படிப் பெண்மையைப் பற்றிய விவாதங்களாக விரிகின்றன என்பதைப் புள்ளிவிவரங்களுடன் இக்கட்டுரை தருகிறது. இதன் அடிப்படையில் கூடுதல்

வாசிப்புகளுடன் பல சமூக ஆய்வுகளை நடத்த இக்கட்டுரை உதவக்கூடும்.

இந்நூலை வெளிக்கொணரும் காலச்சுவடு பதிப்பகத்துக்கு நன்றி. கட்டுரைகளை நெறிப்படுத்தி ஒழுங்குபடுத்த உதவிய பதிப்பாசிரியர் அரவிந்தனுக்கும் பிரதிகளைத் திருத்தியதோடு ஊக்கப்படுத்திய எழுத்தாளர்கள் குமரித்தோழன், சுஜா ராஜேஷ், ஆசிரியர் கிறிஸ்துதாஸ் ஆகியோருக்கும் நன்றி. நான் பணிபுரியும் தக்கலை மறைமாவட்ட ஆயர் மார் ஜார்ஜ் இராஜேந்திரன், அறிவைப் புகட்டிய கோட்டாறு ஆயர் மேதகு நசரேன் சூசை ஆகியோருக்கும் நண்பர்களுக்கும் என்னோடு இயங்கும் இளையோருக்கும் மனம் கனிந்த நன்றி உரியது.

மஞ்சாலுமூடு
04–03–2024

சந்தோஷ் குமார் அப்பு

கீழ்ப்படிதல் என்னும் இருமுனைக் கத்தி

"நீங்கள் பிறரிடம் வெளிப்படுத்தும் ஆகச்சிறந்த கடமையுணர்ச்சியானது உங்களுடைய உயர்வான சுய ஆளுமையாக இருக்க வேண்டும்."[1]

– ரோரி வாடன்

பெற்றோர்கள், ஆசிரியர்கள், குருக்கள், பெரியோர்கள் போன்றவர்களிடம் மரியாதையுடன் நடந்துகொள்வதும் கீழ்ப்படிவதும் நல்ல பழக்கங்கள் என்னும் கருத்து நம் சமூகத்தில் பொதுவாக நிலவிவருகிறது. அவர்கள் செய்யச் சொல்லும் காரியங்களை ஏற்று ஏவல்களைச் செய்யவேண்டும்; 'வேண்டாம்,' 'இல்லை,' 'முடியாது' போன்ற எதிர்மறையான பதில்களை அளிக்கக்கூடாது என்றும் பெரியவர்கள் அறிவுரை கூறுவதுண்டு. பெற்றோர், ஆசிரியர்கள் 'அனுபவமிக்கவர்கள்,' 'ஞானமிக்கவர்கள்,' 'இறைத்தன்மை பெற்றவர்கள்' என்பன போன்ற புனித பிம்பங்கள் அணிவிக்கப்படுவதும் வழக்கம். பெற்றோருக்கும், ஆசிரியர்களுக்கும், வயதில் மூத்தவர்களுக்கும் கீழ்ப்படிவதில் நன்மை

---

1. Original Quote: "Your highest obligation to other people is to be your highest self." Rory Vaden, *Procrastinate on Purpose: 5 Permissions to Multiply Your Time.* Perigee, New York, 2015, 196.

உண்டு என்பதில் ஐயமில்லை. ஆனால், 'கண்மூடித்தனமான மரியாதையும் கீழ்ப்படிதலும் சரியா?' என்கிற கேள்வியையும் நாம் எழுப்பிக்கொள்ளவேண்டும். பெரியவர்கள் பணிக்கும் அனைத்து ஏவல்களையும் ஆணைகளையும் எவ்வித மறுப்புமின்றி ஏற்றுக்கொண்டு செயல்படுவதில் சில ஆபத்துகளும் அடங்கியுள்ளன.

முதியோருக்கு மரியாதை – உறவு வழியும் நம்பிக்கை வழியும்

ஒருவர் தாயின் கருவில் உருவாகி, உலகில் பிறந்து, வளர்ந்து, முதிர் வயது அடையும்வரை அவரது வாழ்வில் பெற்றோர் வகிக்கும் பங்கு முக்கியமானது. பெற்றோரின் பொறுப்புமிக்க இப்பணியில் முதியோர், பெரியோர், உறவினர்கள், ஆசிரியர்கள், மதத்தலைவர்கள் போன்றோர்கள் துணைநிற்கின்றனர். எனவே, இவர்களை மதிக்கவேண்டியதும் அவர்களுக்கு உரிய மரியாதையைக் கொடுக்கவேண்டியதும் அவசியமாகும்.

மனிதர்களின் இயல்பான வளர்ச்சிக்குத் துணைபுரியும் இவ்வுறவு நிலையைச் சமூகமானது கடவுள் சார்ந்த நம்பிக்கைக் கோட்பாடுகளால் மேலும் பத்திரப்படுத்தியிருக்கிறது. இதன்படி மாதா, பிதா, குரு போன்றவர்கள் கடவுளுக்கு இணையானவர்கள் என்னும் நம்பிக்கை சமூகத்தில் நிலவுகிறது. "அன்னையும் பிதாவும் முன்னறி தெய்வம்" என்னும் நீதிநூலின் கூற்றும், "தாயையும் தந்தையையும் மதித்து நட" என்னும் திருவிவிலியத்தின் கூற்றும் கடவுள் நம்பிக்கையோடு பிணைக்கப்பட்டுள்ளன. ஆக பெரியவர்களை மதிக்கும்போது 'கடவுளின் ஆசி பெருமளவு கிடைக்கும்' என்னும் பாடம் சிறுவயதிலிருந்தே பிள்ளை களுக்கு ஊட்டப்படுகிறது. அப்படி மதிக்காமல் இருந்தால் வரும் எதிர் விளைவு 'சாபம்' என்னும் எண்ணமும் பிள்ளைகளின் மனங்களில் பதியவைக்கப்படுகிறது.

'அவளோட அப்பா, அம்மா ஆசி அவகூட உண்டு,' 'எல்லாம் பெற்றோர் செய்த புண்ணியம்,' 'குருவின் ஆசி' போன்ற வார்த்தைகளும் இதற்கு நிகரான வார்த்தைகளும் இப்படிப்பட்ட நம்பிக்கைகளின் வெளிப்பாடுகளாக உள்ளன. இதற்கு நேர்மாறாக, 'தாய் தந்தையின் சாபம்', 'முதியோர் சொல் கேட்காதவர்கள் தங்கள் வாழ்வில் சாபங்களைச் சேர்த்துவைப்பர்,' 'குரு சாபம்' போன்றவைகளும் நம்பிக்கைகளாகக் காணக்கிடக்கின்றன. மரியாதை கொடுத்தல் என்பது வாழ்வியல் சார்ந்த ஒன்றாக இருந்தாலும் நம்பிக்கை சார்ந்த விஷயமாகவும் விளங்கி, சமூகக் கதையாடல்களின் பகுதியாகவும் மாறிவிட்டது. வாழ்வியல் சார்ந்த விஷயங்களைவிட நம்பிக்கை சார்ந்த விஷயங்கள் நம் சமூகத்தில் அதிக அழுத்தத்தை ஏற்படுத்துகின்றன. பல வேளைகளில்

மரியாதைக்குரியவர்களின் வாழ்வில் காணப்படும் குறைகளை மறக்கும்/மறைக்கும் அளவுக்கு இந்நம்பிக்கைகள் 'மரியாதை கோருதலுக்கு' வலு சேர்க்கின்றன என்பதையும் கவனத்தில் கொள்ளவேண்டியிருக்கிறது.

மரியாதை பற்றிய பரப்புரைகள்

இளையவர்கள் பெரியவர்களுக்குக் கொடுக்கவேண்டிய மரியாதை பற்றிய பரப்புரைகளைச் சமூகத்தில் பல தரப்பினரும் முன்னெடுக்கிறார்கள். எழுத்துகள், போதனைகள், வகுப்புகள், சொற்பொழிவுகள், பட்டிமன்றங்கள் போன்றவை இத்தகைய கருத்தாக்கங்களைப் பரப்புவதற்காகப் பயன்படுத்தப்படுகின்றன. இவற்றுள் மதத் தலைவர்களின் போதனைகள் முக்கியத்துவம் பெறுகின்றன.

அவர்கள், கடவுளால் அங்கீகரிக்கப்பட்ட புனித நூல்களை மேற்கோள்காட்டிப் பேசுகிறார்கள். புனித நூல்கள் மீதான விளக்கவுரைகளும் இப்பரப்புரைகளுக்கு உதவுகின்றன. போதிப்பவர் இவற்றுடன் பல கதைகளை உட்புகுத்திப் பேச்சைச் சுவாரசியமாக்குகிறார். சமூகத்தில் உள்ள பிரமுகர்கள் புனித நூல்களுக்குப் பதிலாக, கல்வியாளர்களின் வாழ்க்கைச் சரித்திரங்களையும் பொன்மொழிகளையும் எடுத்துக் கூறுகிறார்கள். மணிக்கணக்கில் நடக்கும் உரைகள் மரியாதை பற்றிய நம்பிக்கைகளைச் சமூகத்தில் தொடர்ந்து நிலைநிறுத்தப் போதுமானவையாக இருக்கின்றன.

மரியாதையின் முக்கியத்துவத்தை வலியுறுத்தும் நூல்கள், இதழ்கள், கட்டுரைகள் போன்றவைகளும் வெளிவருகின்றன. சினிமாக்கள், சின்னத்திரைத் தொடர்கள், வலையொளி காணொலிக் காட்சிகள் வழியாகவும் இது பரப்பப்படுகிறது. இவை ஏற்கெனவே இருக்கும் மரியாதை பற்றிய கருத்துகளை உறுதிப்படுத்திப் போதிக்கின்றன. இவை யாவும் கதைகள், நிகழ்வுகள், வாழ்க்கைச் சான்றுகள் வழியாக நேர்த்தியாகத் திட்டமிடப்பட்டு பரப்பப்படுகின்றன. ஆனால், இப்படிப்பட்ட பரப்புரைகளை அப்படியே அன்றாட வாழ்வில் நடைமுறைக்குக் கொண்டுவருவது சாத்தியமல்ல. ஆகையால், அவை சிறிது சிறிதாக உடைக்கப்பட்டு அன்றாட வாழ்விற்கு உகந்தவையாக மாற்றப்படவேண்டும்.

மரியாதை பற்றிய சமூகக் குறியீடுகள்

அன்றாட வாழ்வின் ஓர் அம்சமாக மரியாதை குறித்த போதனைகளை மாற்றும் பொறுப்பைச் சிறுசிறு குழுக்கள் ஏற்றுக்கொள்கின்றன. இவற்றில் திட்டமிடுதல் இல்லை. இயல்பாக

ஏற்புடைய வாழ்வுக்கான போராட்டம்

ஒன்றுகூடும் குழுக்களுக்குள் நிலவும் உரையாடலாகவும் விவாதப்பொருளாகவும் கதையாடலுக்கான களமாகவும் அவை மாறுகின்றன. கோயிலில் மதபோதகர் போதித்தவற்றிலிருந்து சிலவற்றை, டீக்கடையில் பேசுபவர்கள் விவாதிக்கிறார்கள்.[2] அவற்றோடு தங்கள் வாழ்க்கை அனுபவத்தின் இதர பாடங்களை யும் கலக்கிறார்கள். மதபோதகரின் போதனையிலிருந்து சில ஏற்கப்படுகின்றன, சில கழிக்கப்படுகின்றன, சில புதிதாகச் சேர்க்கப்படுகின்றன. சிந்தனைகளை ஆக்கிரமிக்கும் இச்சிறு உரையாடலின் உட்கருத்துகள் அன்றாட வாழ்வின் பயன்பாட்டுக்கும் வருகின்றன. 'சமூகத்தில் மரியாதை கெட்டுப்போய்க் கிடக்கிறது' என்னும் சிறு குழு விவாதத்தில் பங்கேற்கும் அப்பா வீட்டிற்குத் திரும்பும்போது, அவற்றைப் பிள்ளைகளிடம் பகிர்ந்துகொள்கிறார். பிள்ளைகள் அம்மாவுக்குக் கீழ்ப்படிய மறுக்கும்போது, மரியாதையை நடைமுறைப் படுத்துவதில் அக்கறை காட்டுகிறார். இவை இன்றைய சூழலில், சமூக ஊடகங்களில் காணொளிக் காட்சிகளாகவும் *(Youtube)*, புலனச் *(WhatsApp)* செய்திகளாகவும் பரப்பப்படுகின்றன. அப்பதிவுகளை ஆமோதித்தும் எதிர்த்தும் மக்கள் வினைபுரிகிறார்கள். இவை வாசகர்களையும் பார்வையாளர் களையும் பாதிக்கின்றன. ஆசிரியர்கள், மாணவர்கள், நிர்வாகக்குழு, கடைமட்ட ஊழியர்கள் எனக் கல்வி நிலையம் எனும் கட்டமைப்பின் பல்வேறு தளங்களில் உள்ளவர்கள் போதனைக்குள் அடங்கியுள்ள கருத்துகளைப் பற்றித் தங்கள் குழுக்களுக்குள் விவாதிக்கிறார்கள். அவற்றிலிருந்து உருப்பெறுபவற்றை நடைமுறைக்குக் கொண்டுவருகிறார்கள். இத்தகைய வினைகளாலும் பகிர்தலாலும் நடைமுறைக்கு வருபவற்றைச் 'சமூகக் குறியீடுகள்' எனச் சமூக உளவியல் குறிப்பிடுகிறது.[3]

'பெற்றோரும் ஆசிரியரும் கடவுளுக்குச் சமம்,' 'பெற்றோர் ஆசி,' 'குரு ஆசி,' 'குரு சாபம்,' 'குரு பூஜை,' 'ஆசிரியர் சாபம்,'

---

2. இதைப் பற்றிய கூடுதல் விளக்கம் இந்நூலின் ஏழாவது கட்டுரையில் இடம்பெற்றுள்ளது.

3. Serge Moscovici, *Psychoanalysis: Its Image and Its Public*, Polity Press, Cambridge, 2008. செர்ஜ் மோஸ்கோவிச்சி என்னும் சமூக உளவியலாளர், மேற்கூறிய நூல் வழியாக, Social Representations என்னும் சமூக உளவியல் கொள்கையை முதன்முறையாக முன்வைத்தார். மக்கள் நடுவில் கொள்கைப் பரவலாக்கம் நடக்கும் முறை பற்றிய ஆய்வை மேற்கொண்ட அவர், உயர் மட்டக் கொள்கைகளைச் சீரமைக்கப்பட்ட உலகம் (Reified Universe) என்றும், மக்களின் மத்தியில், உரையாடலின் பகுதியாக வரும் தகவமைக்கப்பட்ட அறிவை உடன்படு உலகம் (Consensual Universe) என்றும் அழைத்தார். தகவமைக்கப்பட்ட கொள்கை மக்களின் பேச்சுமொழியில் பகுதியாக, குறியீடுகளாகப் புழக்கத்து வருபவற்றைச் சமூகக் குறியீடுகள் (Social Representations) என்று அழைத்தார்.

‘முதியோர் சாபம்’ போன்ற கருத்தாக்கங்கள் சமூகக் குறியீடுகளாக உருப்பெற்று மக்கள் உரையாடலில் ஒரு பகுதியாகி, சிறு குழுக்களில் பயன்பாட்டிற்கு வருகின்றன. குடும்பங்கள், அண்டை வீட்டார், நண்பர்கள், உறவினர்கள், பணியிடங்கள் போன்ற தளங்களில் நடத்தப்படும் உரையாடல்களில் இவை இடம்பெறுவதன் மூலம் இச்சமூகக் குறியீடுகள் அன்றாடம் வளர்க்கப்பட்டு அடுத்த தலைமுறையினரிடம் கொண்டு சேர்க்கப்படுகின்றன. மரியாதை கொடுப்பது ஆசியாகவும், கொடுக்காமல் இருத்தல் சாபமாகவும் திரும்பத் திரும்பக் கட்டமைக்கப்பட்டுப் பல சமூகக் குறியீடுகள் புழக்கத்துக்கு வருகின்றன. இத்தகைய பரப்புரைகள் குழந்தைகளின் நலனைப் பேணுவதில் துணை நிற்கின்றன என்பதை மறுப்பதற்கில்லை.[4] ஆனால் இப்படி வருபவை, மரியாதையைப் புனிதமாக்கி, அதற்கு அடிபணிந்து நடக்கவேண்டியதைக் கட்டாயமாக்கும்போது சிக்கலாகிறது.[5] கேள்விகளற்ற கண்மூடித்தனமான கீழ்ப்படிதலாக இது பரிணமித்துச் சமூகத்தில் தழைக்க ஆரம்பிக்கிறது.

மரியாதை கோரும் கீழ்ப்படிதல்

இந்தியச் சூழலில் பெரும்பாலும் ‘பெற்றோர்களின் சொற்கள் உண்மையானவை, காரணம் அவர்கள் தங்கள் அனுபவத்திலிருந்து பேசுகிறார்கள்,’ ‘பிள்ளைகளின் நலன்கருதிப் பேசுகிறார்கள்’ என்னும் முழுமைவாதங்கள் முன்வைக்கப்பட்டு, அவர்கள் சொல்லும் அனைத்துக்கும் கீழ்ப்படிய வேண்டும் என்னும் மனநிலை உருவாக்கப்படுகிறது.

விமர்சனங்களற்ற கீழ்ப்படிதல் மரியாதையின் பகுதியாகப் பார்க்கப்படுகிறது. முழுமையாகக் கீழ்ப்படிபவர்கள் நல்லவர்கள் என்னும் பட்டப் பெயருக்கும் நற்சான்றிற்கும் சொந்தக்காரர்களாக

---

4. Positive Parenting என்னும் சொல்லாடலானது குழந்தை வளர்ப்பில் பெரிதும் பயன்படுத்தப்படுகிறது. அதன்படி, எதிர்மறையான செய்திகள் வழியாகப் பிள்ளைகளை நெறிப்படுத்துதல் ஏற்புடையதல்ல. எ.கா. தண்டனை, வசைச்சொற்கள், சாபம். Olga Mecking, “The challenges of positive parenting,” BBC, https://bbc.in/3nL6GH0.

5. ஜீன் பியாஜே (Jean Piaget) என்னும் உளவியலாளர், குழந்தைகளின் அறிவார்ந்த வளர்ச்சி நிலைகளைப் பற்றிப் பேசினார். இவ்வளர்ச்சியில் பெற்றோர், முதியவர்களின் திணிப்புகள் தவிர்க்கப்பட வேண்டும். குழந்தைகளின் இயல்பான சுயம்சார்ந்த வளர்ச்சிக்கு அவர்கள் துணை நிறகவேண்டும் என்று பேசினார். ஆகையால், கீழ்ப்படியப்பட வேண்டிய காரியங்களைப் பற்றிய விழிப்புணர்வைக் குழந்தைகளுக்குக் கொடுக்க வேண்டியது அவசியம். அச்சுறுத்தல்கள், தண்டனைகள் வழி கீழ்ப்படியப் பயிற்றுவித்தல் எதிர்மறை விளைவுகளை ஏற்படுத்தும். ‘சாபம்’ ‘ஆசி’ போன்ற நம்பிக்கை சார்ந்த குறியீடுகளை அச்சுறுத்தலின் பாகமாகவே பார்க்கமுடியும். காண். Peter Fuggle, Sandra Dunsmuir & Vicki Curry, *CBT with Children, Young People & Families*, Sage, Los Angeles, 2013.

மாறிவிடுகிறார்கள். ஆகையால், பெற்றோர்கள், ஆசிரியர்கள், துறவியர்கள், பெரியோர்கள் ஆகியோரை எதிர்க்கக் கூடாது என்னும் மனநிலை விதைக்கப்படுகிறது. எதிர்ப்பும் எதிர்வினைகளும் மறுப்புரைகளும் 'தெய்வக் குற்றமாக' மாற்றப்பட்டு இளைய தலைமுறையினர் மீது திணிக்கப்படுகின்றன.

இவை கல்விச்சாலைகளிலும் வலியுறுத்தப்படுகின்றன. குறிப்பாக ஆங்கில வழிக் கல்வி நிலையங்களில் இந்தப் போக்கு வலுவாக இருக்கிறது. வெற்றி சதவீதம் அதிகம்கொண்ட பள்ளிக்கூடமாக அது இருந்தால் மரியாதை கோருதலும் கீழ்ப்படிதல் திணிப்புகளும் அதிகமாக இடம்பெறும். சமூகக் குறியீடுகள் அத்தகைய மரியாதைக்குரிய பிம்பத்தைக் கட்டமைக்கின்றன. 'சிறந்த பள்ளிக்கூடம்,' 'ஒழுக்கத்தில் தலை சிறந்தது,' 'சிறப்பான ஆசிரியர்கள்,' 'தனிப்பட்ட கவனிப்புகள்,' 'இறையச்சம் கொண்டது' போன்ற கருத்துகளும் இவற்றிற்கு நிகரானதுமான சமூகக் குறியீடுகள் பெற்றோர்கள் மத்தியிலும் பொதுவெளியிலும் அப்பள்ளிக்கூடத்தைப் பற்றி உலா வருகின்றன.

இதனால், இதுபோன்ற நிறுவனங்களிலும் பள்ளிக்கூடங்களிலும் பணிபுரியும் ஊழியர்களும் நிர்வாகிகளும் விமர்சனங்களுக்கு அப்பாற்பட்டவர்களாக மாறிவிடுகிறார்கள். 'புனிதம்' போர்த்தப்படும்போது, அந்தப் பிம்பத்தின் பின்னால் தவறிழைத்தல் சுலபமாகிவிடுகிறது. மாணவ, மாணவியர் மீதான பலவிதமான அத்துமீறல்களை நிகழ்த்துவது சாத்தியமாகிறது. குறிப்பாகப் பாலியல் அத்துமீறல்களை நிகழ்த்துவது எளிதாகிறது. கல்வி நிறுவனங்களின் 'புனித'த்திற்கு எதிராகக் கேள்வி எழுப்புபவர்கள் 'அழுக்குப்படிந்தவர்களாக' மாற்றப்படுகிறார்கள். அழுக்கானவர்கள், மோசமானவர்கள் பற்றிய சமூகக் குறியீடுகள் அவர்கள்மீது சுமத்தப்படுகின்றன. 'உன் நடத்தை சரியில்லை,' 'உனது குடும்பம் சரியில்லை' என்பன போன்ற குறியீடுகள் நிறுவனத்திற்குள்ளேயும் வெளியேயும் பரப்பப்படுகின்றன. 'புனிதமான நிறுவனத்தில்' பணிபுரியும் 'புனிதம்' படைத்த மனிதர்களைக் குற்றம்சாட்டினால் அது சாபமாகப் பார்க்கப்படுகிறது.

குடும்பத்திலும் சமூகத்திலும் நிறுவனங்களிலும் கல்விக்கூடங்களிலும் உரையாடலின் பகுதியாக விளங்கும் மரியாதை, கீழ்ப்படிதல் பற்றிய சமூகக் குறியீடுகள் ஊட்டிவிடும் அச்சத்தால் ஆக்கிரமிக்கப்படும் பயனாளிகள், நிபந்தனைகளற்ற கீழ்ப்படிதலைத் திரும்ப அளிக்கிறார்கள். தவறுகள் நடந்தால் குரல் கொடுக்க முடியாதபடி, நிறுவனத்தையும் ஊழியர்களையும் பற்றிய சமூகக் குறியீடுகள் குரல்வளையை நெரித்துவிடுகின்றன.

இத்தகைய சூழ்நிலை மாணவ மாணவியரைப் பாதித்து அவர்களின் எதிர்காலத்தைக் காயங்கள் மிக்கதாக மாற்றி நிறைய சிக்கல்களை அவர்களும் சமூகமும் எதிர்கொள்ளும்படி வைத்துவிடுகிறது.

குற்றம் செய்யவைத்து அடிமையாக்குதல்

ஊழியர்களால் சீண்டப்படும் பிள்ளைகள் முதலில் அதைக் கடந்து போக முயல்கிறார்கள். இதுவே சுரண்டுபவருக்கு உரமாகிறது. முதல் சீண்டலைச் சாதகமாக்கி அதைப் பெரிதாக்கு கிறார். மிரட்டல்கள், தாக்குதல்கள், அத்துமீறல்கள் என அது தொடர்கிறது. சக மாணவர்களிடம் பகிர்ந்துகொள்ளாமல் இருப்பதற்கான உத்தியையும் குற்றவாளி கையாளுகிறார். இத்தகைய சுரண்டல் காலப்போக்கில் 'உரிமையாக' மாறிப்போகிறது, சுரண்டல்களுக்கு ஆளாகுதல் 'கடமையாகப்' பரிணமித்துவிடுகிறது. இந்த உளவியல் போக்கில் மீள முடியாதவாறு சிக்கி அடிமைகளாகிவிடும் பிள்ளைகளும் உள்ளனர். முறைகேடான பாலியல் அனுபவங்கள் பாலியல் குறித்த அச்சத்தையும் அருவருப்பையும் ஏற்படுத்தி அந்த மாணவ/மாணவியரின் எதிர்காலத்தைக் கடுமையாகப் பாதித்து விடுகின்றன. மாணவர்களும் இளையோரும் இதை எதிர்த்து நிற்கவேண்டியது அவசியமாகிறது.

உடலும் வாழ்வும் தனியுரிமைகளும்

மரியாதை, கீழ்ப்படிதல், புனிதம் இவற்றையெல்லாம் கடந்தது தனிமனித உரிமை. ஒரு நிறுவனத்திற்கோ, நபருக்கோ மரியாதை செலுத்தும் பொருட்டுத் தனிமனித உரிமையை விட்டுக் கொடுத்தால் அது கேடு விளைவிக்கும். காரணம் குழந்தையின் எதிர்காலம் அதில் அடங்கியுள்ளது.

உடலும் நினைவுகளும் பின்னிப் பிணைந்தவை. உடலுக்கு இழைக்கப்படும் அத்துமீறல்கள் நினைவுகளில் பதிகின்றன. நினைவுகள் வாழ்நாள் முழுவதற்குமான ரணங்களாக உருப்பெறுகின்றன. அவை செயல்பாடுகளில் மாற்றங்களை வருவிக்கின்றன. திருமணமான பின்னரும் இதன் பாதிப்புகள் தொடர்ந்துகொண்டே இருக்கும். ஆகையால், அதற்கெதிராக உரிமை சார்ந்த எச்சரிக்கை உணர்வை மாணவ, மாணவிகள் ஏற்றாக வேண்டும். 'எனது உடலை எனது அனுமதியின்றித் தொடக் கூடாது' என்பது மட்டுமல்ல, முதிர்வயது அடையாதவர்களை அவர்கள் சம்மதம் இருந்தாலும் தொடுவது அத்துமீறல்தான் என்னும் பரப்புரையைத் தீவிரமாக முன்னெடுக்க வேண்டும். பெற்றோர்கள் இதில் பெரும் பங்கு வகிக்க வேண்டும்.

ஏற்புடைய வாழ்வுக்கான போராட்டம்

பள்ளிநிர்வாகிகளையும் ஊழியர்களையும் மதத்தலைவர்களையும் புனிதம் என்னும் போர்வையால் மூடிமறைக்காமல், சுயவிமர்சனம், உரிமைகள் போன்ற கேள்விக் கணைகளால் பொதுவெளியில் பரிசோதிக்கும் சூழலை உருவாக்க வேண்டும். இதனை அவர்கள் சார்ந்திருக்கும் நிறுவனங்களுக்குள்ளாக ஏற்படுத்தும்போது குழந்தைகளின் எதிர்காலம் சிறப்பானதாக மாறும். பெற்றோர்கள் தங்கள் வீடுகளில் தனிஉரிமை சார்ந்த சமூகக் குறியீடுகளைப் பேசுபவர்களாக மாறுதலும் காலத்தின் கட்டாயமாக இருக்கிறது. அதைப் பிள்ளைகளின் மனதில் உரையாடல்களின் வழி விதைக்கும் குடும்பங்கள் உருவாகுதலும் அவசியம். அக்கம்பக்கத்தார், உறவுக்காரர்கள் என அனைவரிடமும் இதைப் பற்றி உரையாடுதல் ஏற்றது. உரிமை மீறல்களுக்கு எதிரான சமூகக் குறியீடுகளையும் பிள்ளைகள் மனதில் விதைக்க வேண்டிய காலம் இது.

‘பணிய மாட்டேன்’, ‘முடியாது’, ‘இல்லை’ – இவை நல்ல சொற்களே

அதிகாரக் கட்டமைப்பின் மேல்மட்டத்தில் இருப்பவர்கள் அத்துமீறல்கள், சுரண்டல்கள் ஆகியவற்றில் ஈடுபடும்போது ‘பணிய மாட்டேன்,’ ‘இது என்னால் முடியாது,’ ‘இல்லை’ என்று சொல்லும் மறுப்புரைகள் சமூகக் குறியீடுகளாக மாற வேண்டும். இத்தகைய மறுப்புரை சார்ந்த சமூகக் குறியீடுகள் பெருகப் பெருக இளையோருக்கான பாதுகாப்பு அதிகரிக்கும். இக்குறியீடுகள் டீக்கடைகளிலும் செல்போன் பேச்சுக்களிலும் உறவினர் குழுக்களிலும் சமூக வலைத்தளங்களிலும் பரவ வேண்டும்.

இது சாத்தியமாகும்போதுதான் கல்வித்தளங்களில் இன்று நடக்கும் பாலியல் சுரண்டல்களுக்கு நீண்டகாலத் தீர்வு ஏற்படும். காரணம் சமூக மாற்றம் சமூக உளவியல் மாற்றத்தால் வருகிறது. சமூக உளவியல் மாற்றம் புழக்கத்தில் இருக்கும் சமூகக் குறியீடுகளால் வருகிறது. சமூகக் குறியீடுகள் பெருவெளியில் மேற்கொள்ளப்படும் பரப்புரைகளால் சாத்தியமாகிறது. ஆகையால் கீழ்ப்படிதலின் நன்மைகளைப் பேசும் அதே சமயத்தில் கண்மூடித்தனமான கீழ்ப்படிதலின் பாதிப்புகளைப் பற்றியும் விழிப்புணர்வை ஏற்படுத்த வேண்டியது அவசியம்.

குழந்தை உரிமையைப் பாதுகாக்கும் சமூகக் குறியீடுகள் என்னும் ஆயுதம்

"...இன்றைய மனித உரிமை மீறல்கள் நாளைய சிக்கல்களுக்கு வழிகோலுகின்றன."[1]

-மேரி ராபின்சன்

குழந்தைகளுக்கு எதிரான வன்முறைகளைத் தடுக்கவும் குழந்தைகளைப் பாதுகாக்கவும் சட்டங்கள் பல உள்ளன. நடப்பில் இருக்கும் சட்டத்தின் போதாமைகளை நீக்கப் புதிய சட்டங்களும் இயற்றப்படுகின்றன. குழந்தைகள் பெண்களுக்கென மேம்பாட்டு அமைச்சகமும் தொண்டு நிறுவனங் களும் மெச்சும் வகையில் செயல்பட்டு வருகின்றன. அரசு மற்றும் தன்னார்வக் கட்டமைப்புகளை வலுப்படுத்தும் நோக்கில் ஆய்வுகள், கலந்தாய்வுகள், உலகளாவிய மாநாடுகள், போராட்டங்கள் போன்ற இயங்குநிலை உரிமைக் குரல்களும் இத்துறை யில் செயல்பட்டு வருகின்றன. எனினும் இவை பெரும்பாலும், உரிமையை நிலைநாட்டுவதற்கான செயலாற்றலின்றி வலுவிழந்து நிற்கின்றன. 'செர்ஜ மோஸ்கோவிச்சி[2] என்னும் பிரெஞ்சு சமூக

1. Original Quote: "...today's human right violations are the causes of tomorrow's conflict."–Mary Robinson, *A Voice for Human Rights*, Kevin Boyle (ed.), University of Pennsylvania Press, Philadelphia, 2007, 9.
2. இந்நூலின் முதல் கட்டுரையின் மூன்றாம் குறிப்பைப் பார்க்கவும்.

உளவியலாளரால் அழைக்கப்படும் 'சீரமைக்கப்பட்ட உலகு' என்ற இக்கருத்தியல், மக்களின் அன்றாட வாழ்விலிருந்து அன்னியமாகி, அறிவுசார்ந்த உயர்மட்டத்திலேயே நின்றுவிடுகிறது.

குழந்தை உரிமைகள் பற்றிய சீரமைக்கப்பட்ட அல்லது உயர்மட்ட அறிவுலகம்

சமூகத்தையும் தனிப்பட்ட வாழ்வு சார்ந்த மானிட வாழ்வின் அனைத்துக் காரியங்களையும் நுணுக்கமான ஆய்வுக்கும் பகுப்பாய்வுக்கும் உட்படுத்தப்படுவதோடு, நூல்களாகவும் ஆய்வுக்கட்டுரைகளாகவும் வெளிவருகின்றன. வளர்ச்சிப் பருவநிலைகளைப் பற்றிப் பேசிய எரிக் எரிக்சண் *(Erik Erikson)*, சிக்மண்ட் ஃபிராய்ட் *(Sigmund Freud)*, ஜீன் பியாஜெ *(Jean Piaget)* மற்றும் பல உளவியலாளர்கள் குழந்தை வளர்ந்து முதிர்வயதை அடையும் வரையிலான பருவத்தைப் பல கட்டங்களாகப் பிரித்தனர். ஒவ்வொரு வளர்ச்சிக்கட்டத்திலும் குழந்தைக்குக் கிடைக்க வேண்டியவற்றைப் பற்றியும் கிடைக்கக் கூடாதவை பற்றியும் அவர்கள் விளக்கினர். அத்தோடு அதனுடன் தொடர்புடைய விழுமியங்கள், வாழ்வியல் சார்ந்த நெறிகளைத் தன்வயப்படுத்துதல் குறித்தும் பேசினர். அந்தந்த வளர்ச்சிக்கட்டத்தில் ஏற்படும் நிறைகளும் குறைகளும், அடுத்தகட்ட வளர்ச்சியின் மீது ஏற்படுத்தும் ஆக்கம்சார்ந்த அல்லது அழிவுசார்ந்த தாக்கங்களைப் பற்றியும் விளக்கினர். பிறரைச் சார்ந்து வாழும் இப்பருவத்தில் குழந்தைகளுக்குத் தேவையானவற்றைக் கொடுக்க வேண்டிய பொறுப்பு தாய், தந்தை, குடும்ப உறுப்பினர்களுக்கும் அண்டை வீட்டார்களுக்கும் உறவினர்களுக்கும் சமவயதுடைய விளையாட்டு நண்பர்களைக் கொண்ட சுற்றத்துக்கும் உண்டு. அத்தோடு, ஆசிரியர்கள், பள்ளிக்கூட நிர்வாகிகள், ஆன்மீகத் தலைவர்கள், அரசியல் தலைவர்கள் எனப் பலரும் குழந்தையின் வளர்ச்சிப்பருவத்தில் தங்கள் சொல்லாலும் செயலாலும் அறிந்தும் அறியாமலும் தத்தமது பங்கீட்டை அளிக்கிறார்கள். இத்தோடு குழந்தைகள்மீது நேர்மறையானதும் எதிர்மறையானதுமான தாக்கங்களை ஏற்படுத்தும் மரபு சார்ந்த கூறுகளும் உள்ளன. பழக்கவழக்கங்கள் மற்றும் சடங்குமுறைகளாக வரும் இவை 'எது சரி?' 'எது தவறு?' என்பதைப் போதிக்கின்றன. இந்தியச் சமூகத்தைப் பொறுத்தவரைக்கும் சாதி, செய்யும்தொழில் அடிப்படையிலான படிநிலையாக்கங்கள் போன்றவையும் கட்டமைக்கப்பட்ட தங்களது 'மதிப்பீடுகளை' அவர்களுக்குள் புகுத்துகின்றன.

கட்டமைக்கப்பட்ட, நிறுவனமாக்கப்பட்ட சாதகச் சூழல்கள் குழந்தையின் ஆரோக்கியமான வளர்ச்சிக்கு உதவும். அதேவேளையில் முதிர்வயதினரின் தனிமனித வன்முறைகள்

குழந்தைகளைப் பாதிக்கும் காரணிகளின் பட்டியலிலும் இடம் பெறுகின்றன. உடல் – உள்ளத்தைப் பாதிக்கும் ஒவ்வொன்றும் நிகழ்கால, எதிர்கால வாழ்வைச் சிக்கல் மிக்கதாக்குகிறது. மூளையில் நியூரான்களில் வலிகளாகவோ காயங்களாகவோ பதிகின்றவை சிந்தனை, விருப்புறுதி, செயல்திறன் ஆகியவற்றைப் பாதிக்கின்றன. முதிர்பருவம் அடைந்து தனிவாழ்வை அமைத்துக் கொள்ளும்போது இவை மேலும் சிக்கல்களை ஏற்படுத்துகின்றன. இதை மனதிற்கொண்டு அறிவுசார் கல்வியாளர்கள், குழந்தை நல மருத்துவர்கள், மனநல நிபுணர்கள் எனப் பலர், பாதுகாக்கப்பட வேண்டிய குழந்தைப் பருவத்தைப் பற்றித் தொடர்ந்து வலியுறுத்தி வருகின்றனர்.

குழந்தையின் இயல்பான வளர்ச்சிக்கு உதவும் காரணிகளைக் காத்து, தடையாய் வருபவற்றை நீக்கிட உதவும் நோக்கில் அரசும் பல திட்டங்களையும் சட்டங்களையும் கொண்டு வந்திருக்கிறது. அவற்றில் இளையோர் நீதிச்சட்டம், குழந்தைத் திருமணத் தடுப்புச் சட்டம், குழந்தைத் தொழிலாளர் தடுப்புச் சட்டம், கொத்தடிமைமுறை ஒழிப்புச்சட்டம், போக்சோ போன்றவை நடப்பில் உள்ளன. கைவிடப்பட்டவர்களைப் பாதுகாத்துப் பராமரிக்க இல்லங்கள், மாவட்டவாரியாகக் குழந்தைகள் பாதுகாப்பு மையங்கள், குற்றச்செயலில் ஈடுபடும் குழந்தைகளுக்காகக் கூர்நோக்கு இல்லங்கள், ஆற்றுப்படுத்தல் அமைப்புகள் எனப் பல அமைப்புகள் உள்ளன.

குழந்தைகளின் இளமைப் பருவத்தைப் பத்திரப்படுத்தும் நோக்கில் அமைந்துள்ள இவற்றைச் சிறுகுழந்தைகளுக்கு எளிதில் வசப்படும் சமூகக் குறியீடுகளாக மாற்றுவதில் நாம் இன்னும் முழு வெற்றியடையவில்லை. எளிதாக வெளிப்படுத்தத்தக்க மொழிசார்ந்த சமூகக் குறியீடுகளாகக் குழந்தைகளின் உரிமைகள் குடும்பம் மற்றும் சுற்றத்தில் புழக்கத்தில் இருக்க வேண்டும். அப்படி இருக்கும் பட்சத்தில், குழந்தைகள் அவற்றைத் தங்கள் உடல் – உள்ள உரிமையைப் பாதுகாப்பதற்கான ஆயுதங்களாக மாற்றக்கூடும். உரையாடல்களில் அவை இடம்பெற்றால் இளமைப்பருவம் பத்திரமாக்கப்படும் சாத்தியங்களும் அதிகமாகும்.

சற்று விளக்கமாகக் கூறின், வன்மத்திற்குட்பட்டவர்கள் சமூகத்திற்கு அஞ்சி அமைதி காக்கும் வழக்கம் இன்றும் பொதுவாகக் காணப்படுகிறது. நிகழ்வைக் கண்டித்து அரசியல், சமூகப் பிரபலங்கள் குரல் கொடுக்கும்வரை காத்திருக்கிறார்கள். பிரபலங்களின் குரல்கள் உருவாக்கிய சமூகக் குறியீடுச் சூழலைச் சாதகமாக்கிக்கொண்டு, தங்களுடைய சுரண்டலின் கதைகளைப் பதிவு செய்வதற்கான துணிவைச் சிலர் பெற்றுவிடுகிறார்கள்.

வன்முறைக்கு உட்படுத்தப்பட்டவுடன் அவர்கள் அவற்றை உரிமைமீறல்களாகக் கண்டு, நீதிக்கான கோரிக்கையாக அவை மாற்றப்படாமல் போவதற்குத் தடையாகச் சமூகத்தில் நிலவும், சாதகமற்ற சமூகக் குறியீடுகள் காரணமாக அமைகின்றன என்பது இங்கே புலனாகிறது. இத்தகைய சூழலை உடன்படு உலகம் எனச் செர்ஜ் மோஸ்கோவிச்சி கூறுகிறார்.

குழந்தைகளின் உரிமைகள் குறித்த அறிவுலகின் போதாமை

டீக்கடை பெஞ்சுகள், கிராமப்புறச் சிறுகுழுக்கள், உறவினர் சந்திப்புகள், சுயஉதவிக் குழுக்கள், புலனக் குழுக்கள், வேலையிடங்களில் உணவு வேளையில் கூடும் நண்பர் வட்டம் போன்றவை 'சாமானியரின் அறிவுப் பாசறைக்கு'[3] நிகரானவையாக அமைகின்றன. இவற்றில் பரிமாறப்படும் கருத்துகளும் தகவல்களும் எளிதில் விளங்கிக்கொள்ளும் முறையிலும் அதேவேளை உறுப்பினர்களுக்கு ஏற்புடையனவாகவும் இருக்க வேண்டும் என்னும் நிர்ப்பந்தம் இருக்கிறது. இதன்படி, பரிமாற்ற மொழிகளும் குறியீடுகளும் குழுவுக்குப் பழக்கமானதாக இருக்க வேண்டும்; குழுவினரை இணக்கமாக வைத்திருக்க வேண்டும். புதிய கருத்தொன்றை முன்வைக்க வேண்டுமென்றால், அது புழக்கத்தில் இருப்பதைத் தழுவியும், புதிய தன்மையைக் கொண்டதாகவும், தர்க்க மற்றும் அறிவார்ந்ததாகவும் இருக்க வேண்டும். மேலும், நடப்புரீதியிலான ஏற்புடைமையை நிறுவுவதாகவும் அமைய வேண்டும்; பழையதை ஏற்றல், கழித்தல், புதியன புகுத்தல் என்பவை வாழ்க்கை நியதியாக இருக்கிறது. ஏற்றுத், தழுவித் தகவமைத்துப் புழங்கும் இவற்றைச் 'சமூகக் குறியீடுகள்' எனச் செர்ஜ் மோஸ்கோவிச்சி குறிப்பிடுகிறார். இதுவே உடன்படு உலகம் என்றும் அறியப்படுகிறது.

மேற்கூறிய புரிதல் தரும் பார்வையின்படி குழந்தைகளின் உடல்–உள்ள உரிமைகள் சார்ந்த சமூகக் குறியீடுகள் சமூகத்தில் நிலவ வேண்டியது அவசியம். இன்றைய பின்–கருத்தியல் காலத்தில்[4]

---

3. செர்ஜ மோஸ்கோவிச்சி முன்வைத்த சமூகக் குறியீடுகள் கொள்கை விரிவுபடுத்தப்பட்டுப் பல ஆய்வுகள் மேற்கொள்ளப்பட்டன. சாமானியனின் அறிவுப்பாசறை என்னும் கருத்தாக்கம் பின்வரும் நூலில் இடம் பெற்றுள்ளது. Wolfgang Wagner & Nicky Hayes, *Everyday Discourse and Common Sense: The Theory of Social Representations*, Pilgrave Macmillan, New York, 2005

4. பொதுநோக்கத்துடன், அனைவரின் நலன்களையும் உள்ளடக்கிய கருத்தியல்கள் இரண்டாம் உலகப்போருக்குப் பின்னர் உருவாகி இருபதாம் நூற்றாண்டின் இரண்டாம் பாதியில் உலகமயமாக்கலுக்கு முன்னர் வரை பிரபலமாக இருந்தது. அது தற்போது குறைந்துவிட்டது அல்லது இல்லாமல் போய்விட்டது என்று சொல்லுதலே தகும். தனிமனித வளர்ச்சி பற்றிய உணர்வுகள் பிரபலமாகி அதுவே வாழ்வின் நியதியாகிவிட்டது என்று இந்தப் பின் – கருத்தியல் காலத்தைப் பற்றிச் சொல்லலாம்.

குழந்தைகளின் வளர்ப்பு மற்றும் கல்வியை நிர்ணயிக்கும் பெரும் காரணியாகப் பொருளாதாரப் படிநிலையாக்கம் மாறியிருக்கிறது. மேற்கூறியவை உயர்நிலையில் இருப்போரிடையே புழக்கத்தில் இருந்தாலும், கீழ்நிலையில் இருக்கும் பெரும்பான்மையினரிடையே அவை இல்லை என்பதை அச்சத்தோடு பார்க்க வேண்டியிருக்கிறது. நடுத்தர வர்க்கத்தினர் மத்தியில் குறைந்த செலவில் தரமான கல்வி, கனவுகளை மெய்ப்பித்தல், எதிர்காலத்தைப் பத்திரப்படுத்துதல், பெண் குழந்தைகளுக்கெனப் பொருள் சேர்த்தல் போன்ற சமூகக் குறியீடுகள் நடைமுறையில் உள்ளன. உணவு, உடை சார்ந்த போராட்டங்களின் அம்சங்களைக் கீழ்மட்டத்தில் உள்ளவர்களிடையே அவை கொண்டிருக்கின்றன. இந்தியச் சமூகம் பொருளாதாரத்தில் பின்தங்கியவர்களையே பெரும்பான்மையினராகக் கொண்டிருப்பதால், அவர்களுடைய உரிமைக் குறியீடுகள் குழந்தைகளுக்குச் சுலபமாகக் கைவசப்படும் முறையில் புழக்கத்தில் இருக்க வேண்டும்.

பொதுவாகக் குழந்தைகளின் மனநலன், பாலியல் அறிவு, சுரண்டல்கள், வன்முறைகள் ஆகியவை சிறு குழுக்களில் விவாதப் பொருளாக மாறுவதில்லை. பெற்றோரும் அது பற்றிய விழிப்புணர்வு அற்றவர்களாகவோ, தவிர்ப்பவர்களாகவோ இருக்கிறார்கள். எங்கோ நடக்கும் செய்திகளாக இவை பார்க்கப்படுவதோடு, அவை தங்களுடைய வீடுகள், சுற்றம், உறவு, பள்ளிக்கூட வட்டங்களில் நடக்காது என்னும் அதீத நம்பிக்கையோடும் இருக்கிறார்கள். பதின்வயதில் ஏற்படும் உடல் – உள்ள மாற்றங்கள், பாலியல் உணர்வுகள் ஆகியவை குழுக்களுக்குள் பரிமாறப்படுவதில்லை. நாகரிகம், அந்தரங்கம், பாலியல் எனும் சொல் உருவாக்கும் கிளர்ச்சிகள், அத்தோடு பிணைக்கப்பட்ட கவுரவம், அவமானம், சட்டத்தை அணுகும்போது ஏற்படும் உளச்சிக்கல்கள் போன்ற அச்சங்கள் சமூகக் குறியீடுகளுக்கான ஆக்கப்பூர்வ தளத்தை உருவாக்குவதில்லை.

தான் சார்ந்திருக்கும் குழுவோடு இணங்கிச் செல்லும் நிர்ப்பந்தம் உறுப்பினர்களுக்கு இருப்பதால், நெருடல் ஏற்படுத்துபவையும் பொதுநம்பிக்கைகளோடு ஒத்துப் போகாதவையும் அவர்களது விவாதப் பொருள்களாவதில்லை. இதனால், பெற்றோர் உட்பட்ட நெருக்கமான உறவினர்கள், ஆசிரியர்கள், பள்ளிக்கூடங்கள், கோயில்கள், மருத்துவர்கள் போன்றோர் உரையாடல்களுக்கான கருப்பொருளாக்கப்படுவதில்லை. அதீத நம்பிக்கைகள், விமர்சனங்களைச் சாபங்களாகப் பார்க்கும் சமூகத்தின் போக்கு ஆகியவை தடைகளாக மாறுகின்றன.

மேலும், பாதிக்கப்படும் குழந்தைகளுள் சிலர் தங்களுக்கு ஏற்பட்ட உடல் – உள எதிர்மறை உணர்வுகளை நண்பர்கள்,

சகமாணவர்கள், பெற்றோரிடம் பகிர்ந்துகொள்ள முயன்றாலும், உடன்படு அறிவுலகின் நிராகரிப்புக்கு (குழுவில் தனிமைப்படுத்தப் படுதல் உள்ளிட்ட) உள்ளாகும் நிலை இருப்பதால் குழந்தைகளால் அது இயலாமல் போகிறது. தன்னைப்போன்று பாதிக்கப்பட்ட அல்லது பாதிக்கப்படாதவரிடம் பகிர்ந்தாலும், அதைப் புகாராக முன்னெடுத்தால் தாங்கள் பயன்படுத்தும் கருத்துகள் எடுபடாமல் போய்விடும் என்ற ஆபத்து கலந்த ஐயமும் அவர்களைத் தடுக்கிறது.

எடுத்துக்காட்டாக, மாணவர்களுக்கு உத்வேகம், வாழ்வின் இலக்கு, அறிவுரை, வழிகாட்டுதல் ஆகியவற்றைக் கொடுக்கும் ஆசிரியர் கீழ்த்தரமான காரியங்களில் ஈடுபடமாட்டார் என்னும் கருத்து வலம் வரும் சூழலில், அவருக்கெதிரான கருத்துகளைச் சுமந்து செல்லும் மொழி உயிரற்றதாக மாறிவிடுகிறது. உள்சுமக்கும் இழிவுகளை மறைக்கத் தாங்கள் புரியும் நன்மைகளைப் (அவர்கள் புரியும் நன்மைகள் நேர்மைமிக்கதாகக்கூட இருக்கலாம்) போர்வைகளாக மாற்றுவது மட்டுமல்லாமல், அதை ஏற்கும் நிர்ப்பந்தத்திற்குச் சுற்றியுள்ளவர்களும் தள்ளப்படுகிறார்கள்.

பெண்களைப் பொறுத்தவரைக்கும் ‘முள் இலையில் விழுந்தாலும், இலை முள்ளில் விழுந்தாலும் இலைக்குத்தான் கேடு’ என்னும் கருத்து பெண்களை இலைகளோடு உவமிக்கும் பிற்போக்காளர்கள் (நாட்டார்) கூற்று, தங்களுக்கு இழைக்கப் பட்ட வலிகளைக் கருத்துகளாக வெளிப்படுத்துவதால் நேரிடும் இழிவுகளையும் புறக்கணிப்புகளையும் தண்டனைகளையும் தெளிவாய் வெளிப்படுத்துகிறது. இது, பெண்கள் சார்ந்த கருத்துகளாக உடன்படு உலகின் மொழிகளில் ஊடுருவிக் கிடக்கின்றன. ஆணாதிக்கச் சமூகத்தின் கருத்துகளை முன்னெடுப்பதில் பெரும்பங்கு வகிக்கும் பெண்களால் இக்கருத்துகள் அறிந்தும் அறியாமலும்,பெண்நலம்பேணுதலெனும்போலிநற்போர்வையின் கீழ் உடன்படு உலகில் பரவலாக்கம் செய்யப்பட்டு வருகின்றன. சமூக உளவியலில் கலந்து கிடக்கும் இத்தகைய மொழிகளை உடைத்தெறிந்து தன்னுரிமைகளை முன்வைத்து நீதி கோர வேண்டுமென்றால், மொழிகளில் தன்னுரிமை சார்ந்த கருத்துகள் கலக்கப்பட்டு, அம்மொழி பெண்பிள்ளைகளுக்கு வசப்படுத்தப்பட வேண்டும்.

சிக்கல் நிறைந்த உடன்படு உலகில், தன்னுரிமைகளை முன்வைத்துத் திமிர்த்து எழுவது சுலபமாக இல்லாத சூழலில், சிலர் தங்கள் பெற்றோர், நண்பர்கள் கொடுக்கும் தைரியத்தால் உந்தப்பட்டுப் புகார்களுடன் வெளிவருகிறார்கள். இத்தகைய குழப்பம் நிறைந்த உடன்படு அறிவுலகம் பத்து வயதிற்கு உட்பட்ட குழந்தைகளுக்கும் பதின் வயதினருக்கும் சாதகமான

சூழலை ஏற்படுத்தவில்லை. அந்நிலை உருவாக, உடன்படு உலகின் பகுதியாகக் குழந்தைகளின் ஆரோக்கியமான இளமைப் பருவத்தை உறுதி செய்யும் அனைத்தும் சிறுகுழுக்களில் பேசப்பட வேண்டியது அவசியமாகிறது.

உரிமைகள் குறித்துப் பேசித்திரிதல்

குற்றவாளிகளற்ற, மேம்பட்ட நற்சமூகம் உருவாவதற்குக் காயங்களற்ற குழந்தைப் பருவம் என்பது மிக முக்கியப் பங்கு வகிக்கிறது. உடல் – உள்ளத்தைக் காயங்களின்றிக் காப்பாற்றி வலுப்படுத்த வேண்டிய பொறுப்பு சமூகத்திற்கு உண்டு. தனிமனித உரிமைகள் பற்றிய அறிவையும் அதைப் பாதுகாப்பதற்கான ஆற்றலையும் வழங்கும் சட்டங்களும் உரையாடல்களும் உயர்மட்டங்களோடு மட்டும் நின்றுவிடக் கூடாது. குழந்தைகள் தங்கள் உரிமைகளைத் தன்வயப்படுத்துவது முக்கியம். இது, தன்னைச் சார்ந்த குழுக்களுடன் மேற்கொள்ளப்படும் கருத்துப் பரிமாற்றங்கள் வழியாகச் சாத்தியமாகிறது. அவற்றைக் கொடுக்கும் தளங்களாகச் சாமானியர்களின் அறிவுப்பாசறைகள் அமைய வேண்டும். அவை உரிமை சார்ந்த மொழிக்குறியீடுகளைச் சமூகத்தில் விதைக்கும். குழந்தைகள் பள்ளிக்கூடத்திற்குச் சென்றாலும், மற்ற பொதுவிடங்களுக்குச் சென்றாலும் வசப்படும் கருத்துகளாக நிலைகொண்டு அவர்களைப் பாதுகாக்கும். குழந்தைகளைப் பராமரிப்பவருக்கும் கட்டுப்பாடுகளை இக்குறியீடுகள் ஏற்படுத்தும்.

நேரிய வாழ்வும் நெருக்கடி நிலையும்

"நீ அல்லாதவளாக/னாக உன்னை மாற்றிட முயன்றுகொண்டிருக்கும் உலகினர் நடுவில் நீ நீயாகவே இருப்பது, நீ எதிர்கொள்ளும் மிகப்பெரிய சவாலாக உள்ளது."[1]

– இ.இ. கம்மிங்ஸ்

கட்டுரையின் வரம்பு: பொய் பேசிச் சுயம் ஏமாற்றும் நிலைபற்றிய உளவியல் ஆய்வுகளே பெரும்பாலும் உள்ளன.[2] ஆனால் இக்கட்டுரையோ, அதன் சமூக உளவியல் கண்ணோட்டத்தை முன்னெடுக்கிறது.

சுயம் ஏமாற்றுவதில், பொய்களைச் சொல்வதில் மனிதர்கள் பெரும் வித்தகர்கள் என்பது உளவியலாளர்களின் கருத்து. சுயப்பாதுகாப்பு, தற்பெருமை ஆகியவற்றுக்காகத் தமக்குள் இருப்பவற்றை இல்லையென்றும், இல்லாதவற்றை

---

1. Original Quote: "The hardest challenge is to be yourself in a world where everyone is trying to make you be somebody else" as in Cortney S. Waren, PH.D., *Lies We Tell Ourselves: The Psychology of Self-Deception*, Insight Publishing, USA, 2014, 19.

2. Bridget Harwell & Elizabeth Scott, *Lies: The Truth about the Self-Deception that Limits Your Life*, iUniverse, Inc., Bloomington, 2013. Cortney S. Warren, *Lies We Tell Ourselves: The Psychology of Self-Deception*. Seth Stephens–Davidowtiz, *Everybody Lies: Big Data, New Data and What the Internet can Tell us about Who We Really are*, HarperLuxe, New York, 2017.

உண்டென்றும் கூறுவது மனிதரின் தற்காப்பு இயங்குநிலையின் பகுதி எனச் சிக்மண்ட் ஃபிராய்ட் கூறுகிறார்.[3] சமூகத்தின் உதவி இல்லாமல் வாழ்வு வசப்படாது என்பதால், சமூகத்தின் முன் தங்களது சுயத்திற்குக் களங்கம் ஏற்படுத்துவனவற்றை மனிதர்கள் தங்கள் வசதிக்கேற்ப மறுத்துரைக்கிறார்கள்; அதேவேளை தங்கள் சுயத்திற்கு மாண்பு சேர்ப்பனவற்றை விவேகத்துடன் ஏற்றுரைக்கிறார்கள். இது தனிமனிதருக்குள் நடக்கும் உளவியல் செயல்பாடு மட்டுமே எனக் கூறி ஒதுக்கிவிட முடியாது. இந்தச் சூழலில் சுயம் ஏமாற்றுதல் என்பதைச் சமூக உளவியலின் பகுதியாகப் பார்க்க வேண்டியது அவசியமாகிறது. சமூகத்தின் முன் வைக்கப்பட வேண்டிய தன்னிலைக்கும் யதார்த்த நிலைக்கும் இடையே நிலவும் இடைவெளியை மனிதர்கள் பொய்யால் நிரப்புகிறார்கள். இதனால் அகவாழ்வுக்கும் புறவாழ்வுக்கும் இடையே மோதல் உருவாகி, தனித்துவமிக்க தனிமனித வாழ்வு கைக்கூடாமல் விலகிச் செல்லும் அபாயம் ஏற்படுகிறது.

உரையாடல்வழி வாழ்வு

பிறரோடு எவ்விதத் தொடர்புமின்றி மனிதர்களால் வாழ இயலாது எனலாம். இதைப் பொதுவாக "உரையாடல் தொடர்பு" என்னும் சொல்லால் குறிப்பிடலாம். அன்றாட வாழ்வில் தாயிடம், தந்தையிடம், கணவனிடம், மனைவியிடம், பிள்ளையிடம், நண்பரிடம், சக ஊழியரிடம், அதிகாரியிடம் என அனைவரிடமும் தொடர்பு கொள்ள உரையாடல் ஒரு கருவியாகத் துணை புரிகிறது. இன்னொரு கோணத்தில், உரையாடலை இருவருக்கிடையேயான இடைவெளியைப் 'பொருள்' இட்டு நிரப்பும் செயல் எனலாம். குடும்ப வாழ்வு, சமூக வாழ்வு, தொழில், நிறுவனங்கள் என எல்லா இடங்களிலும் இருவரை அணுக்கமாக்குவதும் பிரிப்பதும் இதுவே. இதின்றிச் சமூக வாழ்வு இல்லை.[4]

மும்முனை உரையாடல்

உரையாடல் மற்றவர்களோடு நாம் கொள்ளும் அர்த்தப்பூர்வமான வார்த்தைப் பரிமாற்றம் என்ற பொதுவான புரிதலாக உள்ளது. இதன்படி, பேசும் நபர் *(Self)*, இன்னொரு நபர் *(Other/Alter)*, அவரோடு பகிர்ந்துகொள்ளப்படும் பொருள் *(Object)* என மூன்று உள்ளீடுகள் உள்ளன. அதன்படி, நான் என்னும் தன்னிலை, மற்ற மனிதர்கள் அல்லது சமூகத்தோடு பொருள் பரிமாறிக்கொள்வதை உரையாடல் என அறிவுசார்ந்த முறையில்

---

3. Sigmund Freud, *The Neuro–Psychoses of Defence*, White Press, India, 2014.
4. உரையாடல் பற்றிய கூடுதல் விபரங்களுக்கு இந்நூலின் நான்காவது கட்டுரையைப் பார்க்கவும்.

விளக்கலாம். மோஸ்கோவிச்சி என்னும் சமூக உளவியலாளர், நான் – மற்றவை – பொருள் என்னும் உள்ளீடுகளைக் கொண்ட மும்முனை உரையாடல் என்று இதனை அழைத்தார். இவை மூன்றும் தனித்து இயங்கும் வெவ்வேறு துருவங்கள் அல்ல. ஒன்றின் தாக்கம் மற்றொன்றின் மீது உண்டு. பொருள் பரிமாற்றம் அதன் இயங்குநிலை ஆற்றலால் பேசுபவருக்குள்ளும் கேட்பவருக்குள்ளும் மாற்றத்தை ஏற்படுத்தும். இதன் விளைவாகப் பொருளும் மாற்றம் அடைகிறது.

மோஸ்கோவிச்சியின் *Ego–Alter–Object*[5]

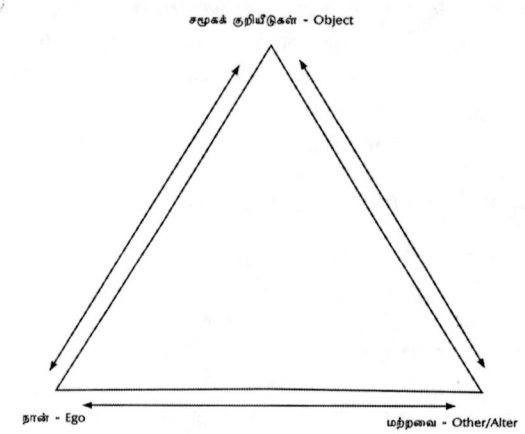

குமரி மாவட்டத்தில் நடுத்தர மக்களிடையே வழக்கத்தில் இருக்கும் வரதட்சணை சார்ந்த உரையாடல் வழியாக இதை விளக்கிட இயலும். வரதட்சணையை ஏற்காமல் தன்னை மட்டும் உளமார அன்பு செய்யும் வரனைத் தேட வேண்டும் என்ற ஆசையை மகள் வெளிப்படுத்துகிறாள். இதைப் பெற்றோரும் ஒப்புக்கொள்கின்றனர். இத்தகைய மாண்புமிக்க கருத்துடன் வரனுக்கான தேடல் ஆரம்பிக்கிறது. இதற்குள் நுழையும் தரகர், புதுப்பொருள் ஒன்றை முன்வைக்கிறார். 'கொடுக்கும் தொகைக்கு ஏற்ப, செல்வம் நிறைந்த, அரசு வேலை உடைய, 'நல்ல குடும்பத்து' வரன் கிடைப்பான்' எனச் சொல்லிச் செல்கிறார். 'வரதட்சணையின்றி மணப்பவர்கள் நல்ல குடும்பத்து வரனாக இருக்காமல்போவதற்கான வாய்ப்புகள் உண்டு' என்னும் புதுப்பொருள் புகுத்தப்படுகிறது. மகளுக்கு நல்ல குடும்ப வாழ்க்கை அமைய வேண்டும் என்னும் பொருளும் முகிழ்கிறது.

---

5. Ivana Markova, *Dialogicality and Social Representations: The Dynamics of Mind*, Cambridge University Press, Cambridge, 2003, 189.

வரதட்சணை – நல்வாழ்வு என்னும் 'முரண் இணை' திருமணத்திற்கான குறியீடாக மாறுகிறது. இத்தோடு குடும்ப கவுரவம், நல்ல வேலை, பாரம்பரியக் குடும்பம், உறுதியான மதநம்பிக்கைகள், வசதி, அழகு, நிறம் போன்றவையும் மும்முனை உரையாடலின் பகுதியாக மாறிவிடுகின்றன. வரதட்சணை என்னும் குறியீடு சமூகத்திற்கு ஏற்புடையது அல்லாததாகவும் மகளின் அடிப்படை நம்பிக்கைக்கு எதிராகவும் நிற்பதால், 'எங்க மகளுக்கு இவ்வளவு கொடுப்போம்' என்பது சமரசப் பொருளாக மாறி அது மரபுசார்ந்த வரதட்சணை என்னும் சொல்லுக்கு மாற்றாகிறது. இதையே சமூகக் குறியீடுகள் என்னும் சொல்லாடல் வழியாக மோஸ்கோவிச்சி முன்வைக்கிறார்.

உரையாடல் முன்வைத்த வரதட்சணை என்னும் சமூகக் குறியீட்டிலிருந்து சில நீக்கப்பட்டு, சில சேர்க்கப்பட்டு அனைவருக்கும் ஏற்புடைய பொருளாக அது மாற்றம் காண்கிறது. மோஸ்கோவிச்சி அவர்கள் பேசிய மும்முனை உரையாடல் என்பது, ஒன்று மற்றொன்றின் மீது தாக்கம் செலுத்தும் திறன்கொண்டது.

'நான்' ஒரு குறிப்பிட்ட பொருளைப் பற்றிய கருத்தைத் தனதெனக் கொண்டிருந்தாலும், சமூகம் என்னும் வெளிஅரங்கில் நடைபெறும் உரையாடலால் அப்பொருளின்/சமூகக் குறியீட்டின் தன்மை மாறி, அதனை என்னுடைய கருத்தாக ஏற்கும் நிலைக்குத் தள்ளப்படுகிறேன். மேலே குறிப்பிட்ட எடுத்துக்காட்டில், வரதட்சணையை முற்றிலும் புறக்கணிக்கும் கருத்துடன் திருமண வாழ்வை எதிர்நோக்கும் பெண், மாற்றிக் கட்டமைக்கப்பட்ட வரதட்சணை பற்றிய கருத்தைச் சொந்தமாக்கும் போது, அதிகமான தொகையையும் நகைகளையும் சொத்துக்களையும் வாகனத்தையும் 'தனது உரிமைகளாகக்' கோரலாம். குடும்பத்திற்குச் சுமையாக மாறக் கூடாது என்னும் நேர்மை நிலை புறந்தள்ளப்பட்டு, அதிக செல்வத்தை விரும்பும் நிலையை நோக்கி நகர்த்தப்படலாம். இதற்கு ஈடான வேறு பொருட்களும் உள்ளன. ஊழல், கையூட்டு, திருட்டு, ஏமாற்று போன்றவை தவறு என்னும் இளம் வயது நிலைப்பாடு, உடன்பணியாளர், உறவினர்கள், நண்பர்கள் போன்றவர்களின் தாக்கத்தால் 'நானாக எதையும் கேட்டு வாங்குவதில்லை, தருவதை மறுப்பதில்லை' என்னும் நிலையை நோக்கி 'மேம்படலாம்.' கையூட்டுக்குப் புதிய அர்த்தத்தைக் கற்பித்துத் தன்னுடைய நிலைப்பாட்டில் சமரசம் செய்து பொய்ம்மையை ஏற்றுக் கொள்ளலாம். இத்தகைய நிலையில் மாற்றம் வேண்டுமென்றால் ஒருவர் தன்னுடைய சிந்தனை ஓட்டங்கள்மீது கட்டுப்பாடு

ஏற்புடைய வாழ்வுக்கான போராட்டம்

உடையவராக மாற வேண்டும். இதை இருமுனை உரையாடல் என்று சமூக உளவியலாளர்கள் அழைக்கிறார்கள்.

இருமுனை உரையாடல்

மும்முனை உரையாடலைத் தாண்டி "நான் – பொருள்" (Ego–Alter) என்னும் இருமுனை உரையாடல் சாத்தியமானது என்றொரு கருத்து முன்வைக்கப்படுகிறது.[6] இது, 'நான்' மூளைக்குள் புகுகின்ற அல்லது மூளையின் பகுதியாக இருக்கின்ற சமூகக் குறியீடுகளுடன் நடத்துகின்ற உரையாடல். நான் – மற்றவை இடையேயான இடைவெளியை நிரப்பிடப் பயன்படுத்தும் சமூகக் குறியீடுகளை நெறிப்படுத்த இவ்வுரையாடல் அவசியம். இதில் 'நான்'என்னும் தன்னிலை தன் உணர்வுகளுடன் ஒத்துப்போகின்ற/ஒத்துப்போகாத, விரும்புகின்ற/விரும்பாத காரியங்களைப் பகுப்பாய்வு செய்கிறது. நெருக்கமானவற்றி லிருந்து வரும் அச்சுறுத்தல்கள், தனிமை, பொதுப்புத்திக்கு ஒவ்வாதவற்றை ஒதுக்கிவைத்தல் போன்ற எதிர்மறையான குறியீடுகளை அலசும் படலம் அங்கே நடைபெறுகிறது. பின்விளைவுகள் கருத்தில் கொள்ளப்படுகின்றன. நேர்மையான பொருளைப் பற்றிக் கொள்ளுதல் அல்லது சமரசம் செய்தல் அல்லது புறக்கணித்தல் போன்றவை நடக்கின்றன. சாதாரணமாக இது 'சுய ஆய்வு' என்று அழைக்கப்படுகிறது. சாக்ரட்டீசின் 'உன்னை அறிவாய்' என்னும் கருத்தை இத்தோடு ஒப்பிடலாம். நேரியவற்றையும் உண்மையானவற்றையும் மனத்தோடு ஒத்துப்போகின்றவற்றையும் உறுதியாகப் பற்றிக்கொள்ள இது உதவுகிறது. இத்தகைய உரையாடல் முறையாக நடக்கும்போது, வாழ்வு உயர்நெறி சார்ந்ததாகப் பரிணமிக்கும்.

பொய்மைகளை நீக்கும் பணி அவ்வளவு சுலபமானதல்ல. இது 'வாழத்தெரியாதவள்/ன்' என்னும் இழிபெயரையும் கொண்டு வந்து சேர்க்கலாம். 'நம்மவர் – மற்றவர்' என்னும் முரண் அரசியல் மேற்கொள்ளப்படும் இன்றைய இந்தியச் சூழலில், முற்போக்குச் சிந்தனையாளர்களும் செயல்பாட்டாளர்களும் இத்தகைய தொரு நிலைக்குத் தள்ளப்படுவதை நாம் அறிவோம். முற்போக்கு என்ற சொல் 'ஒவ்வாமை' என்னும் அர்த்தத்தைத் தீவிர மத, சாதி, அரசியல், மொழிச்சூழலில் பெற்றிருக்கிறது. தான் சார்ந்திருக்கும் சமூகம் போதிப்பவற்றோடு இணைந்து போகவில்லை என்றால் புறந்தள்ளப்படும் அபாயம் அடங்கியிருக்கிறது. அத்தோடு அவர்கள் தங்களது சொந்த சமூகத்தாலேயே எதிரிகள் என முத்திரை குத்தப்படவும் செய்யலாம். இந்த ஆபத்து அரசியல் சாசனம்

---

6. Ivana Markova, *Dialogicality and Social Representations: The Dynamics of Mind*, 152.

முன்வைக்கும் நீதி, சமத்துவம், சகோதரத்துவம், மதச்சார்பின்மை ஆகியவற்றை உயர்வாக மதிக்கும் இந்து, முஸ்லிம், கிறித்தவ, இதர சாதி, மத சிறுபான்மையினரைச் சேர்ந்த உறுப்பினர்களுக்கு மிகவும் பொருந்தும். முற்போக்குச் சிந்தனையாளர்கள் தனது சொந்த சமூகத்தாலேயே ‘மற்றவர்’ என்னும் சமூகக் குறியீட்டைச் சந்திக்கின்றனர். ஆகவே சமூக உளவியலின் பகுதியாக உள்ள பொய்களின் உலகைக் கடந்து செல்லுதல் அவ்வளவு எளிதல்ல.[7] ஆனால், அறிவால் உண்மையென உணர்ந்தவற்றை நடைமுறைப்படுத்தி முன்செல்லும்போது கிடைக்கப்பெறும் போலியற்ற வாழ்வு இனிதாய் இருக்கும். போலியற்ற வாழ்வின் மீது அக்கறை கொள்பவர்கள், உரையாடலின் பகுதியாக இருக்கும் பொருளைப் பற்றி விளக்கமாகப் புரிந்திடுதல் நன்று.

பொருள்/சமூகக் குறியீடுகள்

பிறப்பு தொடங்கி தனி மனிதர்களின் வாழ்வின் பகுதியாக இருக்கும் ‘பொருளை’ நாம் நிலையானவை *(Stable)* மற்றும் நிலையற்றவை என இரண்டாகப் பிரிக்கலாம். நம்பிக்கை சார்ந்த பொருள்கள் மாற்றம் காண்பதில்லை. ஆனால் இதர அறிவியல் சார்ந்த விஷயங்கள் மாற்றம் காண்கின்றன. நம்பிக்கையை அடிப்படையாகக் கொண்டவை மனிதர்களின் சமூக வாழ்வின் பகுதியான பண்பாட்டுக்கூறுகளிலிருந்து முகிழ்கின்றன. மத நம்பிக்கைகளும் வாழ்வியல் கோட்பாடுகளும் இதில் அடக்கம். கடவுளைத் தொழுது அன்றாட வாழ்வைத் தொடங்குதல், நேர்த்திக் கடன்களை நிறைவேற்றுதல், திருவிழாக்களை எடுத்தல், புனித நூல்களை வாசித்து அதன்படி ஒழுகுதல் போன்ற மத நம்பிக்கை சார்ந்தவையும், பெற்றோர், பெரியோர், ஆசிரியர் ஆகியோரை மதித்தல் போன்ற சமூகம் சார்ந்தவையும், கடமைகளைச் செய்தல், நல்லொழுக்கம் பழகுதல், தீய நட்பை விலக்குதல், செபித்தல், மனிதரை நேசித்தல் போன்ற தனிமனித வாழ்வு சார்ந்தவையும் மரபுசார்ந்த நம்பிக்கையின் அடிப்படையில் அமைகின்றன.

சமூக வாழ்வு சார்ந்த வரலாறு, அரசியல், பொருளாதாரம், மருத்துவம், உளவியல், அறநெறியியல், மெய்யியல் போன்றவற்றிலிருந்தும், வாசிப்பு, கலந்துரையாடல், ஆய்வுகள் போன்றவற்றிலிருந்தும் பெறப்படுபவை அறிவுசார் பொருள்கள் எனலாம். அறிவுசார்ந்த முறையில் புலப்படு பொருள்களின் மீதான முறையான ஆய்வுகள் தரும் முடிவுகள் அறிவியல்பூர்வமாக

7. முற்போக்கு இஸ்லாமியர்கள் சந்திக்கும் சவால்களைப் பற்றி, *The Frontline*, March 10, 2023 பேசுகிறது. சமூகத்தோடு ஒத்து ஒழுகுதல் என்பது சமூக உளவியலின் பகுதியாக இருக்கிறது என்பதை இந்நூலின் முதல் கட்டுரை விளக்குகிறது.

நிரூபிக்கப்பட்டவையாக இருக்கின்றன. இவற்றிலிருந்து பெறப்படும் செய்திகளும் தகவல்களும் வாழ்வுக்கானவைகளாகப் பரிமாறப்படுகின்றன. பாசிசம், ஹிட்லர், இனப்படுகொலை, பொருளாதார வீழ்ச்சி/எழுச்சி, அதர்மம் போன்றவை ஓர் ஆட்சியின் மீது விமர்சனங்களாக வைக்கப்படும்போது, அவை வரலாற்றின் பாடங்களிலிருந்து பெறப்படும்அறிவார்ந்த தகவல்களை ஆதாரமாக்கிக்கொள்கின்றன.

இதுமட்டுமல்லாமல் அறிவும் நம்பிக்கையும் தங்களுக்குள் உரசிக்கொள்ளும் போக்குகளையும் அவற்றில் நம்பிக்கை சார்ந்தவை ஓரளவு வெற்றிபெறுவதையும் காணலாம். ஆனால் அறிவு நம்பிக்கையின் மீது செலுத்தும் பாதிப்புகள் புது சிந்தனையை உருவாக்குவதையும் இரண்டும் சேர்ந்து பயணிப்பதையும் பார்க்க முடியும். காலங்காலமாக மனநோய் என்பது பேய்பிடித்தல், சாமிவருதல் போன்ற நம்பிக்கைகளின் பகுதிகளாகப் பெரும்பாலும் இருந்தன. ஆனால் உளவியல் துறையின் வளர்ச்சியால் அதை நோயாகப் பார்க்கும் போக்கு அதிகரித்து மருந்தால் குணப்படுத்தும் நிலை வந்திருக்கிறது. பேய் ஓட்டுவதற்கான மந்திரங்களைச் செய்வதோடு, மருந்து கொடுக்கும் நிலையும் இன்று உண்டு.[8] இத்தகையதொரு நிலை பரிணாம வளர்ச்சி என்னும் கருதுகோளுக்கும் ஏற்பட்டது. புலனறிவாதத்தின் தரவுகளுடன் பேசிய சார்லஸ் டார்வின், மனிதரைப் பரிணாம வளர்ச்சியின் இறுதிக்கண்ணியாகப் பார்த்ததன் விளைவாக மரபுசார்ந்த ஒரே கடவுள் என்னும் நம்பிக்கை முன்வைத்த தனிமனித மாண்புகள் கேள்விக்குறியாகும் நிலை ஏற்பட்டது. மனிதரின் தோற்றம் தற்செயலானது என்னும் அறிவுசார் கருதுகோள் பிரபலம் பெறாமல் மனிதர்கள் கடவுள் திட்டத்தின் ஒரு பகுதி என்னும் சிந்தனை மேலோங்கியதோடு மனிதரின் மாண்பைக் குறைக்கும் அனைத்தையும் புறந்தள்ளும் உலகளாவிய உரிமைகளுக்கான குரல்கள் வீரியம் பெற்றன.[9] ஆனால் பரிணாம வளர்ச்சி என்னும் அறிவுசார் குறியீடுகள் இன்னும் புழக்கத்தில் உள்ளன என்பதும், அவை தொடர்ந்து அதிர்வலைகளைச் சமூகத்தில் உருவாக்குகின்றன என்பதும் உண்மை.[10]

நம்பிக்கைகள் அவசியம். சுதந்திரம், சகோதரத்துவம், சமத்துவம் போன்றவையும் நம்பிக்கைகளாக இன்றைய உலகில்

8. Wolfgang Wagner et. al., "The Modernization of Tradition: Thinking about Madness in Patna, India," *Culture & Psychology*, vol. 5.4, 1999.

9. 1948, டிசம்பர் 10 அன்று ஒப்புதல் தரப்பட்ட, உலகளாவிய மனித உரிமைப் பிரகடனங்கள் ஒரே கடவுள் மீதான மத நம்பிக்கையின் பிரதிபலிப்பே.

10. சமூகக் குறியீடுகளின் இயங்குநிலை பற்றிய கூடுதல் புரிதலுக்காக இந்நூலின் இரண்டாவது கட்டுரையைப் பார்க்கவும்.

மாறியிருக்கின்றன என்பது உண்மை.[11] எவ்விதப் பிடிப்புமின்றி வாழ்க்கை முன்நோக்கிச் செல்லாது என்பது உண்மை. ஆனால், அவற்றை அறிவார்ந்த பகுப்பாய்வுக்கு உட்படுத்துதல் மிகச் சிறந்தது.

சுயம் ஏமாற்றும் பொய்யை விலக்கி நேரிய வாழ்வை நோக்கி

'நான்,' மற்றவை சார்ந்த பொருள்களை/சமூகக் குறியீடுகளை விழிப்புடன் அடையாளம் கண்டு அவற்றுள் நேரியனவற்றைப் போலிகளிலிருந்து பிரித்துப் பார்த்தல் அவசியம். சமூகம் தரும் குறியீடுகளை இருமுனை உரையாடலுக்குட்படுத்த வேண்டும். இது சற்றுச் சவால் மிக்கது.

('நான்') என்னை ஆக்கிரமித்து, அன்றாட வாழ்வில் சிறிதும் பெரிதுமான பொய்களைப் பேச வைக்கும் சமூகக் குறியீடுகளை இனம் காணுதல் முதல்படியாக இருக்கிறது. 'நட்புக்காக மது அருந்தினேன்'; 'பிரிவாய் என்னும் அச்சத்தில் பொய் கூறினேன்'; உயிர் உள்ள வரைக்கும் உன்னைப் பிரியேன்' எனப் பல சமூகக் குறியீடுகள் உள்ளுக்குள் புதைந்துகிடந்து வாய்ப்பு வரும் போது சுயம் ஏமாற்றும் பொய்களாக வெளிவருகின்றன. சில பொய்மை சார்ந்த சமூகக் குறியீடுகளானது இனம்பிரித்து அறிய முடியாதவாறு உள்மனத்தின் பகுதியாக மாறி, பொய்யிலிருந்து உண்மையைப் பிரித்தெடுக்க முடியாதபடி குழம்பிப்போய்க் கிடக்கின்றன. 'ஆண் பெண் வேறுபாடின்றி வீட்டு வேலைகளைப் பகிர்ந்துகொள்கிறோம்' என்று கூறும் ஆணின் மனத்தில், 'ஆணில்லாமல் பெண்களுக்குப் பாதுகாப்பு இல்லை' என்னும் குறியீடு பதிந்து கிடக்கலாம்.

இரண்டாவதாக, மீள முடியாதவாறு நம்பிக்கையோடு பிணைந்து கிடக்கும் முரண்சார்ந்த சமூகக் குறியீடுகள் உள்ளன. அவை சிந்தனையை மழுங்கச் செய்து நல்லதைப் பிரித்தெடுக்கும் திராணியைத் தனிமனிதரிடமிருந்து அகற்றிவிடுகிறது. மதம், சாதி, குலம், பாலினம், மொழிப்பெருமை, முதன்மை வாதங்கள் பிற மனிதரை அழிக்கும் போக்குக்கும் இரண்டாம் தர மனிதர்களாகப் பாவிக்கும் மனநிலைக்கும் வித்திடலாம். இன அழிப்பு, ஆணாதிக்கம் மிகுந்த மதநம்பிக்கைகள், ஆணவக் கொலைகள் போன்றவற்றை இதற்கான எடுத்துக்காட்டுகளாக முன்வைக்கலாம்.[12]

அடுத்ததாக, உள்ளார்ந்த திறமைகளை முடக்கும் நஞ்சாக வரும் சமூகக் குறியீடுகளை அடையாளம் காணுதல் அவசியம்.

---

11. யுவல் நோவா ஹராரி இக்கருத்தைத் தனது, *21 Lessons for the 21st Century*, Vintage, London, 2018, என்னும் நூலில் 11–89 வரையிலான பக்கங்களில் விளக்குகிறார்.

12. Zakia Soman, "Looking Inward," *The Frontline*, March 10, 2023, 14-17

'யோனாவின் மனநிலை' என்னும் கருத்தியலை முன்வைத்த உளவியலாளர் மத்தினா ஹோர்னர், ஒவ்வொரு மனிதருக்குள்ளும் செயலாக்கத்திற்காகக் காத்திருக்கும் திறமைகள், பேராற்றல் குறித்துப் பேசுகிறார். மனிதர்களோ அவற்றை வெளிப்படுத்த அஞ்சுகிறார்கள். 'நீ அப்படிச் செய்வதால் உலகில் வரப்போகும் மாற்றந்தான் என்ன?' 'உன்னால் இவ்வுலகை மாற்ற முடியாது, அப்புறம் ஏன் வீண் சிரமம்?' 'உன்னுடைய லட்சியங்களின் பின்னால் சென்றால் உன் நட்புவட்டம் சுருங்கும்' போன்ற முடக்கிப்போடும் சமூகக் குறியீடுகள் செயல்படுகின்றன என்பது உண்மை. இவைகள் பொய்மையான சுயம் ஏமாற்றுதலின் வாழ்வுக்கு நம்மை இட்டுச் செல்கின்றன.

நேர்மையான வாழ்வு முற்றுண்மை அல்ல. ஆனால், அதை நோக்கி நகர்தல் அவசியம். 'அன்றாடம் நேர்மையை வாழ்வாக்குவதை இலட்சியமாகக்கொண்டிருக்கிறேன்' என்னும் உறுதியான நிலைப்பாடு, பிளவற்ற வாழ்வை நோக்கி நடத்தும். அவ்வாறே, உள்ளார்ந்த திறமைகளை முழுவீச்சுடன் செயலாக்க அது முக்கியமாக இருக்கும். எனக்கும் சமூகக் குறியீடுகளுக்கும் இடையே நடக்கின்ற உரையாடலில் மேற்குறிப்பிட்டவற்றை மனத்தில்கொண்டு செயல்பட்டால் எனக்கு ஒவ்வாதவற்றை ஒதுக்குவதற்கான சாத்தியங்கள் பிறக்கும். இயன்றவரை போலிகள் இல்லாமல் வாழ்ந்தால் உள்ளார்ந்த இயல்புகளின் வெளிப்படுத்தல் ஆற்றல்மிக்கதாக இருக்கும்.

நுண்திறன் கருவிகளின் காலத்தில் தன்னிலையை நிறுவுதல்

"அடுத்து வரும் இரண்டு மூன்றாண்டுகளில் நுகர்வோரின் தரவுகள் பெரும் நிர்ணய சக்தியாக மாறிவிடும்.

அளப்பரிய தரவுத் திரட்டுகளைத் தத்ரூபமாகக் கையாளத் தெரிந்தோர் வெற்றி பெறுவர்."[1]

- ஆஞ்சலா ஆரண்ட்ஸ்

தகவல் தொழில்நுட்பம், உயிரித் தொழில்நுட்பம் ஒன்றிணைந்து உருவாக்கிய நுண்திறன் அலைபேசிகளுடன் அதற்கு இணையான கருவிகளைப் பெருவாரியான மக்கள் இன்று பயன்படுத்துகின்றனர். அவை வாழ்வின் எல்லா நிலைகளிலும் ஊடுருவிக் கலந்துவிட்டன. உடல்-உளநலம் பற்றிய தகவல்களைச் சேகரிப்பதோடு, நல்வாழ்விற்கான அறிவுரைகளை வழங்கும் மருத்துவராகக்கூட அவை மாறிவிட்டன எனலாம். வருங்காலத்தில் நம்மைப்பற்றிய மருத்துவ அறிக்கைகளைக் கூட அவை வேலைவாய்ப்புச் சந்தையில் விற்கும் நிலையும் ஏற்படலாம். நேர்முகத்

---

1. Original Quote: "Consumer data will be the biggest differentiator in the next two to three years. Whoever unlocks the reams of data and uses it strategically will win." Angela Ahrendts, Senior VP of Retail at Apple, "Demonstrating Value and Measuring Success from Data Science," Capitaresourcing.co.uk/blogs, April 13, 2017.

தேர்வுக்குழுவைச் சந்திக்கும்போது, அவர்களின் கைகளில் நம்முடைய உடல் நலன், நாம் உணர்ச்சிகளைக் கையாளும் விதம் குறித்த தகவல்கள் இருக்கலாம். தனி மனிதச் சுதந்திரத்துக்கும் மாண்புக்கும் இழுக்கு ஏற்படுத்தி மனிதரைச் சந்தையில் விற்கும் ஆற்றலைப் பெற்றிருக்கும் இவற்றைத் தீண்டத்தகாதனவாகக் கருதி முழுமையாக விலக்க முடியாது. அப்படி விலக்கினால் நம் சமூக வாழ்வு சாத்தியமாகாது என்னும் சூழலில் வாழ்க்கைக்கு அர்த்தம் சேர்ப்பவற்றை ஏற்றும் அர்த்தமற்றவற்றை நிராகரித்தும் வாழும் கலையைச் சொந்தமாக்க வேண்டிய கட்டாயத்திற்கு ஆறறிவு படைத்த மனிதர்கள் தள்ளப்பட்டுள்ளனர்.

தொடர்பாடல்களின் இருத்தல்

பொருட்களோடும் யதார்த்தங்களோடும் சக மனிதர்கள் கொள்ளும் தொடர்புகள் வாயிலாக அன்றாட வாழ்வின் பொழுதுகள் கழிந்துபோகின்றன எனலாம். குடும்ப உறுப்பினர்கள், நண்பர்கள், அக்கம்பக்கத்தார், வீட்டில் உள்ள பொருட்கள், விலங்குகள், பத்திரிகைகள், தொலைக்காட்சிகளில் வரும் நபர்கள், காட்சிகள், தகவல் தொழில்நுட்பக் கருவிகள், கடந்த–நிகழ் – எதிர்கால நினைவுகள், ஆசைகள், யதார்த்தங்கள் என அன்றாடம் தொடர்பில் இருப்பவற்றைப் பற்றிய பட்டியலை எழுதிச்செல்லலாம். இவை ஒருவரின் சொந்தத் தேவைகளைப் பூர்த்தி செய்கின்றன என்னும் கருத்து பொதுவாக உள்ளது. அந்நபர்கள், பொருட்கள் மனிதர்கள் மீது செலுத்தும் தாக்கத்தைப் பற்றிய விழிப்பு குறைவாகவே உள்ளது எனலாம். அவற்றின் தாக்கங்கள் மனிதருக்குள் மாற்றத்தையும் ஏற்படுத்தும் என்று சமூக உளவியலாளர்கள் கூறுகிறார்கள்.

தொடர்பாடல் எனும் பெயரால் அழைக்கப்படும் ('நான்') எனக்கும் மற்றவைக்கும் இடையேயான இத்தகைய உறவுநிலையானது சொற்கள், சிந்தனை, குறியீடுகள், உணர்வுப் பரிமாற்றங்கள், இலக்கு நிர்ணயங்கள் எனப் பலவற்றின் மூலம் நடந்தேறுகிறது. விடியலில் துயில் எழுவது தொடங்கி, இரவு துயிலச் செல்லும்வரை இது நடக்கிறது. தனிஅறைக்குள் தனித்திருப்பவருக்கும் இது பொருந்தும். 'மனிதரின் வாழ்வானது வெற்றிடங்களில் அமைவதில்லை'[2] மாறாகத் தொடர்பாடல்கள் வழியாகவே நடக்கிறது.

பல லட்சம் ஆண்டுகளாகச் சகமனிதரும் இதர பொருட்களும் யதார்த்தங்களும் தொடர்பாடல் புரிந்துவந்த நிலையில் தற்போது தகவல் தொழில்நுட்பத்தின் குழந்தையான நுண்திறன் கருவிகளும்

---

2. "A self doesn't exist in a vacuum," – David Eagleman, *The Brain: The Story of You*, Canongate, Edinburgh, 2015, 161.

இணைந்திருக்கின்றன. மெய்நிகர் எதார்த்தங்களை நெருக்கமாகக் காண்பிக்கும் இவை மெய்க்கும் போலிக்கும் இடையேயான மெல்லிய கோடுகளைத் தெளிவற்றதாக்கியிருக்கின்றன எனலாம். எப்போதும் உடன்பயணிக்கும் இக்கருவிகள், இரசனைகளுக்கு ஏற்ற தகவல்களையும் பொழுதுபோக்கு அம்சங்களையும் விளம்புவதோடு, கற்போருக்கும் கற்பிப்போருக்கும் மூலப் பொருட்களைத் தங்குதடைகளின்றி எப்போதும் எல்லா இடங்களிலும் தந்துவருகின்றன. அத்தோடு, தனிமனித உடல் – உள நலன்களில் அக்கறை செலுத்தி தன்னிலையோடான நிரந்தரமான தொடர்பாடலை உறுதிப்படுத்தி இயங்கிக் கொண்டிருக்கின்றன. விலக்கிவைத்தால் இழப்புகளைச் சந்திக்கக்கூடும் என்பதை உறுதிப்படுத்தும் விதத்தில், உறவுக்கும் தொழிலுக்கும் கல்விக்கும் மன இளைப்பாறுதலுக்கும் அவசியமாக இருக்கும் எண்ணிலடங்கா அலைபேசி எண்களையும் புள்ளிவிபரங்களையும் படங்களையும் காணொளிகளையும் பாடல்களையும் பதிவுசெய்துவைத்திருக்கின்றன. தனிமனித வாழ்வின் தகவல்களைப் பல செயலிகள் சேகரிக்கின்றன. அவை மனிதரின் தகவல்களைச் சந்தைப் பொருளாக்குகிறது என்பது உண்மையே. ஆனால், அதே வேளையில் சேவையையும் செய்கிறது. அவை, தொடர்பில் இருப்பவரோடு ஊடாடலற்ற பொருள் சேர்த்து வைக்கும் பாத்திரம் அல்ல. அவை பல நூறு கோடிக்கணக்கிலான நியூரான்களை உள்ளடக்கிய மனித மூளையோடு வினையாற்றுகின்றன. மூளையோடு உறவாடி மனித வாழ்வின் சிந்தனைகளைப் பாதித்து வாழ்வின் போக்குகளையும் நிர்ணயிக்கும் நிலையை எட்டியுள்ளன.

சிந்தனை

ஆல்பர்ட் ஐன்ஸ்டைன் "சிந்தித்தல்" அல்லது "எண்ணுதல்" என்றால் என்ன? என்னும் கேள்வியை எழுப்பி அதற்கான பதிலைத் தருகிறார். சிந்தித்தல் என்னும் வினையானது, புலன்வழிப் பதிவுகள், அறிவுசார் கருத்துருவாக்கங்கள் என்பவற்றை உள்ளடக்கியது. புலன்வழிப் பதிவின்றி கருத்துருவாக்கம் நடக்காது. புலன்வழித் தகவல் புதியனவற்றை உருவாக்குவதோடு, மூளையின் வினையூக்கியாகவும் இருக்கிறது.[3] இவைகள் இலக்கற்றவை அல்ல. செயல், பேச்சு, பழகும் முறை, பிறரோடு ஒத்துழைத்தல், சமூக ஈடுபாடு, ஆடை அலங்காரம், சூழலைக் கையாளும் விதம் என அனைத்தும் இலக்கைக் கொண்டிருக்கின்றன. பொருள் சேர்த்தல், பொறுப்பேற்றல் என உயர்ந்த சிந்தனை ஓட்டங்களும், எதிர்பாராத சிக்கலில்

---

3. Albert Einstein, *Albert Einstein: Philosopher-Scientist*, Vol. I, P.A. Schilpp (ed.), Cambridge University Press, London, 1949, 7.

மாட்டும்போது, அதிலிருந்து தப்புவிப்பதற்காகப் பயன்படுத்தப் படும் கருத்துகளும் இவற்றில் அடக்கம். தனிஅறையில் அமர்ந்து வகுப்புக்கான தயாரிப்பில் ஈடுபடுபவரும் நூல்களை எழுதுபவரும் ஆழ்நிலை தியானத்தில் ஈடுபடுபவரும் கலைப்படைப்புகளை உருவாக்குபவரும் சுய ஆய்வில் ஈடுபடுபவரும் இலக்கோடு செயல்படுகின்றனர்.

இலக்குகளைக்கொண்டிருக்கும் இவ்வறிவாக்கங்கள் மீது ஆதிக்கம் செலுத்தும் பிற கூறுகளும் இருக்கின்றன. மனிதரின் மூளையானது பல லட்சம் வரலாற்று நினைவுகளை நியூரோன்களில் கொண்டிருப்பதோடு, தன்னிலை சார்ந்த உடல்–உள மகிழ்ச்சி, இகழ்ச்சி, எழுச்சி, வீழ்ச்சி, புத்துணர்ச்சி, தளர்ச்சி, சினம், வலி ஆகியவற்றின் நினைவுகளையும் கொண்டிருக்கிறது. இவை நனவு மற்றும் நனவிலி மனத்தின் பாகமாக இருக்கலாம். இவைகள் புலன்வழி கடத்திவிடப்படும் ஒவ்வொன்றின் மீதும் தாக்கம் செலுத்துகின்றன. சிந்திக்கும் முறையைப் பாதிப்பதால், வாழ்விற்குத் தேவையான தீர்மானங்களிலும் இதன் பிரதிபலிப்பு இருக்கும். இன்றைய நுண்திறன் அலைபேசிகள், கைக்கடிகாரங்கள், மடிக்கணினிகள் போன்றவையும் அதற்கு இணையானவையும் சிறுகச்சிறுக அன்றாட வாழ்வின் இலக்கு நிர்ணயத்தில் முதன்மை பெற்று வருவது கவலையளிப்பதாக இருக்கிறது.

தன்னிலையை இருட்டடிப்புச் செய்யும் மற்றவை

மற்றவைகள் மனிதர்கள்மீது ஆதிக்கம் செலுத்தி அவை மனிதரை அடைத்துவைக்கும் போக்கானது மனித வரலாற்றின் பகுதியாகவும், மனித நாகரிகத்தின் வளர்ச்சியாகவும் பார்க்கப்படுகிறது. இடம்விட்டு இடம் நகர்ந்து நாடோடிகளாக அமையும் சூழலுக்கு ஏற்ப வாழ்வை நடத்திய மனிதர்கள் விவசாயம் செய்ய ஆரம்பித்தனர். காட்டுவாழ் விலங்குகளை வளர்ப்பு விலங்குகளாக்கினர். பயிரிடப்பட்டவை அழியாமல் இருக்கக் காவல் மாடம் அமைத்து வாழத்தொடங்கினர். அதன் பயனாக், வாழ்விடம் விட்டு நகரமுடியாமல் கட்டிப்போடப் பட்டார்கள் என்பது வரலாற்று உண்மை. வாழ்வாதாரமாகப் பார்க்கப்பட்ட பயிர்கள் தங்களுடைய காவலர்களாக மனிதர் களை மாற்றிக்கொண்ட விபரீதம் நடந்தேறியது. கூட்டாகக் குலங்களாக வாழும் சூழலுக்கு அவர்கள் தள்ளப்பட்டார்கள். மனிதர் உருவாக்கியவை அவர்களைக் கட்டுப்படுத்தி சேவகர்களாக மாற்றலாம் என்பது இங்கே புலனாகிறது.

நுண்திறன் கருவிகள் மனித வாழ்வை இலகுவாக்கும் நோக்குடன் வந்தவை என்றே சாதாரண மனிதர்களால் புரிந்து

கொள்ள முடியும். அவற்றின் சேவையை நாம் ஏற்பவர்களாக இருக்கிறோம். அதன்படி, நமது பாதுகாப்பு, தனியுரிமை ஆகியவற்றைப் பேணும் முகத்துடன் பெயர் உட்பட்ட தகவல்களைத் தரவேற்றம் செய்ய அவை நிர்ப்பந்திக்கின்றன. ஒருவிதத்தில், நம்மை எஜமானனாக்கி நமது ஏவல்களை நிறைவேற்றும் சேவகர்களாக மாறுகின்றன. ஆனால் சேகரிக்கப் பட்டவை அனைத்தும் நமது முகவரியின் கீழ் தரவுகளாகச் சேகரிக்கப்படுகின்றன. பின்னர், நாம் நுண்திறன் கருவியோடு ஏற்படுத்திக்கொள்ளும் ஊடாடல்கள் அனைத்தும் தகவல்களாக மாற்றப்படுகின்றன. நாம் விரும்பிப் பார்க்கும் காட்சிகள், வாங்க முயலும் பொருட்கள், நாட்டம் கொள்ளும் பொழுதுபோக்கு அம்சங்கள் எனப் பலவற்றைக் கண்காணித்துத் தரவுகளாக நமது கணக்கின் கீழ் பதிவு செய்கின்றன. தரவுகளை மென்பொருள் குறியீட்டு முறையின் உதவியுடன் பயனீட்டாளரின் பண்புநலன் களாக நிச்சயிக்கின்றன. பள்ளிக்கூடங்களிலிருந்து கிடைக்கும் நற்சான்றிதழ்களுக்கு ஈடான சான்றிதழ்களை நம் பெயரில் கோப்புகளாக இணையக் கிடங்குகளில் சேமிக்கின்றன. சான்றிதழ் நிரந்தரமானதாக இல்லாமல், நமக்கும் நம் கைவசம் இருக்கும் நுண்கருவிக்குமான ஊடாடலின் தன்மையைப் பொறுத்து நிகழ்நிலையாக்கப்பட்டும் வருகிறது. இத்தரவுகள் கூகுள் போன்ற பெரும் முதலாளிகளின் பெரும் செல்வமாகக் களஞ்சியங்களில் சேகரிக்கப்பட்டு வணிகத்திற்கான வாய்க்கால்களைத் திறந்து விடுகின்றன. பழங்கால மனிதர் சொந்த வாழ்விற்கு நிரந்தரமான உணவுப்பொருள் வேண்டும் என்னும் ஆசையுடன் ஆரம்பித்த பயிரிடுதல் எப்படி அவர்களைக் கட்டிப்போட்டதோ, அவ்வாறாக இன்றைய உலகின் நுண்திறன் கருவிகள் நம்மைக் கட்டிப் போட்டிருக்கின்றன.

தகவல் தொழில்நுட்பத்தின் அதிசயமாக நுண்திறன் கருவிகளைக் காட்டுவதில் பெரும் முதலாளிகள் வெற்றிகண்டிருக் கின்றனர். தன்னிலையை மழுங்கடித்துக் கோலோச்சும் தகவல் தொழில்நுட்பக் கருவிகளை நமக்குத் துணைபுரியும் கருவிகளாக மாற்ற வேண்டியது நிகழ்காலத்தின் அவசியமாக இருக்கிறது.

மற்றவைகளைக் கட்டுப்படுத்த தன்னிலையைப் பயிற்றுவித்தல்

2050ஆம் ஆண்டில் உலகமும் மானுடச் சமூகமும் எத்தகைய நிலையில் இருக்கும் என்பதைத் துல்லியமாகக் கணிக்க முடியாத அளவுக்குத் தகவல் தொழில்நுட்பமும் உயிரித் தொழில்நுட்பமும் அசுர வேகத்தில் வளர்ச்சி அடைந்து வருகிறது. இச்சூழலில், பெற்றோர்களுள் பலர் பிள்ளைகளின் செயல்திறனை வலுப்படுத்தவும் அவர்களுக்குச் செய்திகள், தகவல்களை அளிக்கவும் கவனம் செலுத்துகிறார்கள். ஐந்து

வயதடைந்த குழந்தை கோடிங் கற்கிறது என்பதைப் பெருமைபடப் பேசும் விளம்பரங்களைப் பார்க்கும் பெற்றோர், தங்களுடைய பிள்ளைகள் கோடிங் கற்றால்தான் நாளைய உலகில் பிரகாசித்து ஜொலிக்க முடியும் என்று நம்புகிறார்கள். வரலாறு, புவியியல், தொழில்நுட்பம் சார்ந்த தகவல் சேகரிப்புகள் வருங்காலத்திற்கு அவசியம் என அவர்கள் நம்புகிறார்கள். இவை போட்டித் தேர்வுகளுக்கான தவிர்க்க முடியாத அறிவுக்களஞ்சியம் என்பதை நம்பி அவற்றைக் கொடுப்பதில் கவனம் செலுத்துகிறார்கள். கோடிங் திறனும் தகவல் சேகரிப்புகளும் செயற்கை நுண்ணறிவின் பகுதியாக மாறிவரும் காலகட்டத்தில் அவற்றோடு போட்டிபோட்டு வெற்றி காணலாம் என்பது சிக்கல் மிக்கது. கொடுக்கப்பட்ட பணிகளைத் துல்லியமாக நிறைவேற்றுவதில் பிசகு ஏற்படுத்தும் மனிதரைப் பொறுத்தவரைக்கும் இது இயலாத காரியமாக மாறிவிடும். கோடிங், தகவல் சேகரிப்பில் தேர்ச்சி பெற்றவர்களாகக் குழந்தைகளை மாற்றி 2050ஆம் ஆண்டிற்கான அர்த்தங்களைப் பிள்ளைகளின் வாழ்வில் சேர்த்துவைக்க முடியுமா என்பது பெரும் கேள்விக்குறியா யிருக்கிறது. இவ்வேளையில், அவற்றின் பயன்பாட்டு விதிகளை மனிதர் நுணுக்கமாகக் கையாளும் வித்தையைக் கற்க வேண்டியது அவசியம். வாழ்வுக்கு வளம் சேர்ப்பவற்றை நிர்ணயம் செய்து, அதற்கான விதிகளை நுண்திறன் தொழில்நுட்பத்தில் புகுத்த வேண்டியது தேவையாக இருக்கிறது.

விலங்குகளிலிருந்து மனிதரை வேறுபடுத்திக் காட்டும் பகுத்தறிவின் துணையுடன் தன்னிலையை நிறுவுதல் அவசியம். அத்தகைய ஆளுமைகளுக்கு 2050ஆம் ஆண்டில் வேலைவாய்ப்புகள் அதிகமாகக் காணப்படும் என்பது சமகால வரலாற்றாசிரியர்களின் கருத்தாக உள்ளது. தகவல் தொழில்நுட்பம் மற்றும் உயிரித் தொழில் நுட்பம் ஆகியவையின்றி வாழ முடியாத சூழலில், அவை விரிக்கும் கண்ணிகளில் சிக்காமல் அவற்றைத் திறம்படக் கையாளும் வித்தகர்களாய் மனிதர்கள் மாறுதல் அவசியம். நுண்திறன் கருவிகளின் பயனீட்டாளர்கள் ஊடாடல்களின் வேளையில், தங்களைக் கட்டுப்படுத்தும் அனைத்துவிதமான அடிமைத்தனங்களிலிருந்தும் விடுவித்துக் கொள்ளுதல் அவசியம். அடிமைத்தனம் பொதுவெளியையும் அந்தரங்கத்தையும் சுயஅறிவின்றி நுண்திறன் கருவிகளுக்குள் பதிவேற்றும் நிலைநோக்கித் தள்ளிவிடும்.

அதிர்வுகளை (Vibes) உடலில் புகுத்தி அதற்குத் தீனி போடும் சந்தைப் பொருட்களைக் கடை விரித்து நமது தகவல்களை மூலதனமாக்குவதில் தொழில்நுட்பம் வெற்றியடைந்திருக்கிறது. அவற்றில் மூழ்குவதில் வாழ்வு அடங்கியிருக்கிறது என்னும்

அடையாளங்களும் உருவாக்கப்பட்டிருக்கின்றன. இதன் மாதிரிகளைச் சமூகத்தில் பார்க்கமுடியும். வீதி ஓரங்களில் அலைபேசியின் தொடுதிரையைத் தடவியவாறு, காதுகளுக்குள் சொருகப்பட்ட மொட்டுகளுடன் நடந்துசெல்லும் வேற்று கிரகவாசிகளுக்கு நிகரான சோம்பைகளைப்[4] போல மாறிவிடும் அபாயம் பலரையும் சூழ்ந்திருக்கிறது.

புலன்களுக்குக் களிப்பூட்டும் வகையில் முன்வைக்கப்படும் அனைத்தையும் புடைக்காமல் உள்வாங்கி, அவை வாழ்வுக்கு அவசியம் என்று நம்பி அதன் அடிப்படையில் அன்றாட வாழ்வை அமைத்தல் நல்லதல்ல. உடலும் உள்ளமும் தன்னிலையின் கட்டுக்குள் இருந்திடப் பன்னெடுங்கால வித்தையான 'உன்னை அறிவாய்' என்பது இன்று மிகவும் அவசியமாகிறது.

'உன்னை அறிவாய்' என்னும் கலையும் அர்த்தமிக்க வாழ்வும்

'உன்னை அறிவாய்' என்பது சாக்ரட்டீஸின் கருத்து. 'சுய ஆய்வுக்கு உட்படுத்தப்படாத வாழ்வு அர்த்தமற்றதாக மாறிவிடும்' என்பது அவரது கூற்று. அதன்படி மனிதர்கள் தங்களது சிந்தனை, சொல், நடத்தை, உடல் இயங்குநிலை ஆகியவற்றைப் பற்றிய சுய ஆய்வில் அன்றாடம் ஈடுபட்டு, நீக்க வேண்டியவற்றை நீக்கி, ஏற்கவேண்டியவற்றை ஏற்று வாழ்வை அர்த்தமிக்கதாக மாற்றவேண்டும். உடல் – உள மாற்றங்களை ஆய்ந்தறிந்து அறிவுரைகள் கூறும் கருவிகளுக்குக் கட்டுப்பட்டு அவற்றின் நிபந்தனைகளுக்கு ஏற்ப வாழ்வை அமைத்துக்கொள்ளுதல் சிறப்பல்ல. அது மாண்பைக் குறைப்பதாகவே அமையும். நம்மைப் பற்றிய சுயஆய்வில் நிறைய விஷயங்கள் வெளிப்படும். அப்படி வெளிப்படுபவற்றைத் தெளிவுடன் அறிவதற்குத் தேவையான தரவுகளைத் தரும் துணைக்கருவிகளாக அவற்றை மாற்றுவதே அவசியம்.

நுண்திறன் கருவிகள் மனிதரின் மேல் ஆதிக்கம் செலுத்தும் போக்கு அதிகரித்திருக்கும் இக்காலத்தில் அவற்றிற்கு அடிமை யாவதைத் தடுத்தல் அவசியமாகிறது. மற்றவையையும் தன்னிலையையும் வேறுபடுத்தி வாழ்விற்கு அர்த்தம் சேர்ப்பவற்றைச் சொந்தமாக்கி நகர்தல் அவசியம். இரண்டாவதாக, இன்றைய காலத்தில் நுண்திறன் கருவிகள் அவசியம். எனினும் இயன்றவரை, நமது தரவுகள் சந்தைப்பொருளாக மாறும் நிலையைத் தடுத்து நிறுத்துதலும் அவசியம்.

---

4. Yuval Noah Harari, *21 Lessons for 21st Century*, Vintage, London, 2018, 310.

ஏற்புக்கும் நிராகரிப்புக்கும் இடையே வாழ்வு

மனிதர்களை இரு தளங்களில் நிறுத்தி, ஒரு பகுதியினரை மாண்புமிக்கவர்களாகவும் மற்றவர்களை மாண்பு குறைந்தவர்களாகவும் கட்டமைத்து, அதனடிப்படையில் அவர்களை ஏற்பதும் நிராகரிப்பதும் அநீதியின் வெளிப்பாடாகும்.

நீண்டநாட்கள் காதல் புரிந்தவர்களில் பலர் திருமணம் என்னும் கட்டத்தை எட்டும்போது வீட்டில் அல்லது சமூகத்தின் முன் தங்களுடைய காதல் ஏற்கப்படுமா நிராகரிக்கப்படுமா அல்லது தாங்கள் தேர்ந்தெடுத்திருக்கும் வாழ்க்கைத் துணை ஏற்புடையவராக இருப்பாரா என்பன போன்ற கேள்விகளை எழுப்பி இணையவோ பிரியவோ செய்வதுண்டு. ஏற்பு/நிராகரிப்பு என்பது தனி மனிதருக்கும் 'மற்றவைக்கும்' இடையேயான உறவை நிர்ணயிக்கும் மையப்பொருளாக இருக்கிறது.

ஏற்பு/நிராகரிப்பு என்னும் மையப்பொருள்

மனிதகுலம் தோன்றிய காலம் தொடங்கி வாழ்வியல் சார்ந்த மையப்பொருளாக ஏற்பு/நிராகரிப்பு இருந்து வந்திருக்கிறது. நிறம், வர்க்கம், தொழில் போன்ற பொதுப்பொருட்களும், மனநோய், எய்ட்ஸ் போன்ற உடல்சார்ந்த பொருட்களும் சில இடங்களிலும் சில காலத்திலும் முதன்மை பெற்றுப் பின்னர் அது மங்கி மீண்டும் மைய நீரோட்டத்தின் பகுதியாக மாறுவதுமுண்டு. அவ்வாறே அவை வழக்கொழிந்து போவதுமுண்டு. ஆனால் ஏற்பு/நிராகரிப்பு நிரந்தர மையப்பொருளாக விளங்குகிறது எனலாம். சமூகத்தின் பகுதியாக வாழும் ஒருவர் எப்போதும் பிற மனிதர்களால் தான் ஏற்றுக்கொள்ளப்பட வேண்டும் என்னும் ஆசையைச் சுமந்து நடப்பவராகத்தான் இருக்க முடியும். இது சார்ந்த உரையாடல்களும் மனிதருக்குள் நடக்கிறது.

மனிதருக்குள் உறைந்திருக்கும் இந்த ஆசையை விலங்குகளி லிருந்து வேறுபடுத்திப் பார்க்க முடியும். ஒரு விலங்கைப் பொறுத்தவரைக்கும், உணவு கிடைக்க வேண்டும் என்பது அதன் ஆசையாக இருக்கலாம். ஆனால் மனிதரைப் பொறுத்த வரைக்கும் சூழலுக்கு ஏற்ப விளம்பப்படும் பாத்திரம், இருக்கை, சக விருந்தினர்கள் எனப் பல காரணிகளை அது கொண்டுள்ளது. பசியைப் போக்குவதுதான் உணவின் அடிப்படை நோக்கம் என்றாலும் ஏற்புக்குரிய சூழலில் அளிக்கப்படவில்லை என்றால் அது தன்னிலையின் ஆசையை நிறைவேற்றுமா என்பது கேள்விக்குறியே. ஊர்க்கோயில் திருவிழா நடக்கும்போது, தெய்வத்திற்கு விழா எடுத்து அனைவரும் ஆசி பெற வேண்டும் என்பது பொதுத்தேவையாக இருந்தாலும், பிரமுகர்கள் சிலரின் பெயர்கள் அழைப்பிதழில் இடம்பெறவில்லை என்றால் அவ்விழாவை அவர்கள் திட்டமிட்டுப் புறக்கணிப்பதோடு கலவரங்களைக் கூடத் தூண்டிவிடலாம்.

இத்தகைய சமூக ஏற்பு சார்ந்த போராட்டமானது இன்னொருவரிடமிருந்து அல்லது அவர் சார்ந்திருக்கும் குழுவின் இதர உறுப்பினர்களிடமிருந்து தன்னைப் பிரித்துப் பார்ப்பதன் மூலமாகத்தான் பெரும்பாலும் வாழ்கிறது. மத வழிபாடுகளில் ஆண்களுக்கு இருக்கும் முழுச் சுதந்திரத்தையும் பெண்களுக்குக் கொடுக்காமல் அதை நிராகரிப்பதன் வாயிலாக ஆண்களின் சமூக ஏற்பு நிறுவப்படுகிறது. இத்தகைய நிலை சாதியின் அடிப்படையில் சிலரைக் கருவறையில் நுழையவிடாமல் தடுப்பதிலும் மாற்றுக் கல்லறைத் தோட்டங்களை உருவாக்குவதிலும் நடந்தேறுகிறது.

சமூக உளவியலாளர் மோஸ்கோவிச்சி நடத்திய சிறுபான்மையினர் / பெரும்பான்மையினர் குறித்த ஆய்வில், சிறுபான்மையினர் (அல்லது பண்பாட்டு ரீதியாக ஒதுக்கப்படு வதை உணர்பவர்கள்), சமூகத்தில் தங்களை அடையாளப் படுத்திக் கொள்வதற்காக வெளியடையாளங்களைப் பகிரங்க மாகப் பயன்படுத்திக்கொள்ளுகிறார்கள் என்று கூறுகிறார். கலாச்சார, மத, இன அடையாளங்களை வெளிப்படுத்தும் ஆடை அலங்காரங்கள், பண்பாடு, வழிபாட்டு நிகழ்வுகள், பிறப்பு முதல் இறப்புவரை கடைப்பிடிக்கும் பருவம் சார்ந்த சடங்கு முறைகள், பயன்படுத்தப்படும் அடையாளங்கள் எனப் பலவற்றின் மூலம் தங்களை மனிதர்கள் ஏற்புடையவர்களாக்கிக் கொள்கிறார்கள். வெளியடையாளங்கள் வழியாகத் தங்களை மாறுபட்டவர்களாகக் காட்டிக்கொண்டு ஏற்றுக்கொள்ளுதல் என்னும் உள்மனத்தின் ஆசையை நிவர்த்தி செய்ய முயற்சிக் கிறார்கள். இத்தகைய புறப்பொருட்கள் காலத்திற்கு ஏற்றவாறு மாறலாம். ஒருகாலத்தில் முற்றும் துறத்தலின் அடையாளமாக இருந்த துறவிகளின் ஆடைகள் பிறிதொரு காலத்தில் அதிகாரம்

மற்றும் வன்முறையின் அடையாளமாக மாறலாம். சமாதானம் வழியாக ஏற்புடைமையை ஏற்படுத்த முயன்றவர்கள் பிற்காலத்தில் வன்முறையைப் பயன்படுத்திக்கொள்ளலாம். இவை எங்ஙனமாயினும், கருப்பொருளான ஏற்பு/நிராகரிப்பு என்பது மட்டும் மாற்றமின்றி எக்காலத்திற்குமென நிலைத்திருக்கிறது.[1]

தன்னிலை–மற்றவை சார்ந்த உரையாடலில் ஏற்பு/நிராகரிப்பு

தன்னிலை பற்றிய உணர்வுநிலை என்பது ஒருவரின் மூளைக்குள் நடக்கும் சிந்தனையின் வெளிப்பாடாகத் தெக்கார்த் என்னும் மெய்யியலாளரால் பார்க்கப்பட்டது. 'உள்ளுகிறேன் ஆதலால் உள்ளேன்' என்னும் இச்சிந்தனையின் அடிப்படையில் ஒருவரின் இருப்புநிலை, அடையாளம், தனித்தன்மை ஆகியவை புரிந்துகொள்ளப்பட்டன. இது தனிப்பட்ட காரியமாகப் பார்க்கப்பட்டது. ஹெகல் என்னும் மெய்யியலாளர் முன்னெடுத்த அளவை ஆய்வின் வழியாக (பின்னாளில் இச்சிந்தனைமுறை கார்ல் மார்க்ஸ் பொருள் முதன்மைவாதத்தை முன்னெடுக்க உதவியது) இது திருப்பம் கண்டது. தன்னிலை என்பது தன்னைச் சுற்றியுள்ளவையோடு மேற்கொள்ளப்படும் உரையாடல்களின் வழியாக நடக்கிறது என்பதை அவர் முன்னிறுத்தினார். தனக்குள் நடக்கும் ஒற்றை உரையாடலின் மூலம் ஏற்பு நடப்பதில்லை,[2] மற்றவையோடு நடத்தப்படும் உரையாடலின் வழியாக உருவாகும் உணர்வு நிலையால் அது உருவாகிறது என்றார். இதைத் தொடர்ந்து ஹுஸ்ஸேர்ல் அவர்களின் தோற்ற நிகழ்வுக் கொள்கையும், ஹைடகர் முன்னெடுத்த இருத்தலியலும் அவரைத் தொடர்ந்து வந்தவர்களின் கொள்கைகளும் இக்கருத்தையே முன்வைத்தன. தன்னிலையை அடையாளப்படுத்துதல் என்பது மற்றவைகள் இன்றிச் சாத்தியமில்லை என்பதைத் தீவிரமாக முன்னெடுத்த இம்மானுவேல் லெவினாஸ் தன்னிலை நிறுவுதல் மற்றவை களுக்கு அளிக்கப்படும் பொறுப்புமிக்க மறுமொழிகளால் அரங்கேறுவதாகக் குறிப்பிட்டார்.

தன்னிலை – மற்றவை – பொருள் என்னும் மும்முனை உரையாடலை முன்வைத்த மோஸ்கோவிச்சி இருமுனை உரையாடலைப் பற்றியும் பேசினார். வரதட்சணைபற்றிய

---

1. Serge Moscovici, "An Essay on Social Representations and Ethnic Minorities," *Social Science Information*, 50 (3-4) 442-461, 2011.

2. உரையாடலை மும்முனை மற்றும் இருமுனை என்றும் சமூக உளவியலாளர்கள் வேறுபடுத்துகின்றனர். இவற்றைப் பற்றி முறையே, இந்நூலின் இரண்டாம் கட்டுரையும் மூன்றாம் கட்டுரையும் விளக்குகின்றன. இருமுனை உரையாடலைப் பற்றி இவானா மார்க்கோவா என்பவர் ஒருவர் தன்னோடு நடத்தும் உரையாடலாகச் சுட்டுகிறார். சிந்தனையின் பகுதியாக இருக்கும் பொருட்களோடு தனிமனிதர் உரையாடல் புரிவதாக விளக்குகிறார்.

ஆண் வீட்டாருக்கும் பெண் வீட்டாருக்கும் இடையேயான உரையாடலில் கொடுக்கப்படும் நகை, பொருட்கள், பணம் சார்ந்த பொருட்கள் அங்கே இடம்பெறுவதுண்டு. விவாதப்பொருளில் ஏற்படும் மாற்றத்திற்கு ஏற்ப, திருமணம் நடக்கவோ, நடக்காமலோ இருக்கலாம். இதை மும்முனை உரையாடலுக்கான எடுத்துக்காட்டாகக் கொள்ளலாம். ஆனால் சமூக ஏற்பு / நிராகரிப்பு என்னும் மையப்பொருளில், தன்னிலை, மற்றவை ஆகிய இரண்டு மட்டுமே இடம் பெறுகின்றன.

இவானா மார்க்கோவா என்னும் சமூக உளவியலாளர் கூறுகையில், இவ்வுரையாடலில் பொருள் எனக்கூற வெளிப் பொருட்கள் ஏதுமில்லை. தன்னிலையும் மற்றவையுமே பொருளாகிவிடுகின்றன என்று கூறுகிறார். இவ்வுரையாடல் தீர்ப்பு சம்மந்தப்பட்டது. 'நீ ஏற்புடையவள்/ன்' அல்லது 'நீ நிராகரிக்கப் படுபவள்/ன்' என்னும் தீர்ப்பிடுதல் இருவருக்கிடையே நடக்கிறது. ஒருவர் அணிந்திருக்கும் ஆடையோ அல்லது பிற குறியீடுகள் போன்றவையோ இதற்குப் போதுமானது. எடுத்துக்காட்டாக, மத வழிபாடுகளில் வழிபாட்டு முதல்வர்கள் அணிந்திருக்கும் ஆடைகள், சாதாரண விசுவாசிகளிடமிருந்து அவரை வேறுபடுத்திக் காட்டி, விசுவாசிகள் தன் நிலையைச் சார்ந்தவர் அல்ல என்னும் நிராகரிப்பைத் தீர்ப்பாக முன்வைக்கின்றன.[3]

ஏற்பு / நிராகரிப்பு என்பது சமூகத்தில் அரசியல் பங்கேற்பு, பொருளாதாரச் சமத்துவம், தனிமனிதச் சுதந்திரம், தனிமனித உரிமைகள் சார்ந்த சமமான தளங்களில் நாங்கள்/ அவர்கள் என்னும் இயங்குநிலையில் நடைபெறும்போது அது சிக்கலாக மாறுவதில்லை. ஆனால் அதனடிப்படையில் ஒரு குழுவினர் கூடுதல் மரியாதை கோரி மற்றவர்களை இழிவுக்கு உட்படுத்தும்போது அதை ஏற்றுக்கொள்ளுதலில் சிக்கல் வருகிறது.

மரியாதை கோரும் ஏற்பும்/நிராகரிப்பும்:

படிநிலையாக்கம் பெற்ற சமூகக்கட்டமைப்பும் அதுகோரும் உரிமைகளும் மிகச்சாதாரணமாக இருந்து வந்ததைக் காலனியாதிக்கமும் அதன் வழியாக நடந்த பூர்வகுடிகளின் அழிப்பும், அடிமைச் சந்தைகளும் காண்பிக்கின்றன. அலங்கரிக்கும் பதவி, கொண்டிருக்கும் குலம், தொழில், குடும்பப்பெருமை ஆகியவற்றின் அடிப்படையிலான மரியாதை கோரல்கள் சாதாரணமாக நடந்துவந்தன. மனிதர்கள் முதல்தரத்தினர் என்றும் இரண்டாம் தரத்தினர் என்றும் பிரிக்கப்பட்டு, இருதளங்களில் நடத்தப்பட்டு வெவ்வேறான உரிமைகள்

---

3. Ivana Markova, "On 'The Inner Alter' In Dialogue," *International Journal for Dialogical Science*, Spring 2006. Vol. 1, No. 1, 125-147, 2006.

வரையறுக்கப்பட்டன. இந்தியச் சமூகத்தைப் பொறுத்தவரைக்கும் சாதியம் என்னும் படிநிலையாக்கப்பட்ட கட்டமைப்பின் வழியாக உரிமைப் பகிர்தல் நடத்தப்பட்டது. முதல் தரத்தினர் இரண்டாம் தரத்தினர் என்னும் இரட்டைப் பிரிவைத்தாண்டி அது பலவற்றைக் கொண்டதாகவும் அதனடிப்படையிலான உரிமைப் பகிர்தல்கள் பல நிலைகளில் நடந்தன. தென் திருவிதாங்கூர் சமஸ்தானத்தில் இச்சூழல் அதிகளவில் நிலவியது என்பதை வரலாறு சுட்டுகிறது. 2019இல் வெளிவந்த 'மாடத்தி' என்னும் லீனா மணிமேகலையின் சினிமா, ஊராருக்குத் 'தீட்டான துணிகளை'த் துவைத்துக் கொடுத்து அவர்களின் தயவில் வாழும் 'புதிரை வண்ணார்கள்' பற்றியும், அடிமட்டம்வரை அரங்கேறும் மனித மாண்போடு சம்மந்தப்பட்ட உரிமை கோரல்களையும் மீறல்களையும் பற்றிப் பேசுகிறது.

மரியாதை கோரும் சமூகப் போக்கு இன்றளவும் வாழ்ந்து கொண்டிருக்கிறது எனலாம். 2000ஆம் ஆண்டைய ஐக்கிய நாடுகள் அவையின் கணக்குப்படி, இந்தியாவில் ஒவ்வொரு ஆண்டும் 5000க்கும் மேற்பட்ட பெண்கள் ஆணவக் கொலை செய்யப்படுகிறார்கள். உலக அளவில் 20000–பேர் கொல்லப்படு கிறார்கள். இக்கொலைகள் 'பொருத்தமற்ற' ஆடை அணிதல், குடும்பத்தினர் ஏற்பாடு செய்யும் திருமண உறவை விரும்பாமல் இருத்தல், மணமுறிவுக்காகக் கோரிக்கை வைத்தல், திருமணத்திற்கு வெளியே மேற்கொள்ளப்படும் பாலியல் உறவு, அவமரியாதை, பிற சாதியினரைத் திருணம் செய்தல் போன்ற காரணங்களுக்காக நடத்தப்படுகின்றன. 'சமூகத்தின் மத்தியில் குடும்பத்திற்கு இழைக்கப்பட்ட அவமரியாதை என்னும் கறையைப் போக்க, அதை ஏற்படுத்தியவரை அகற்றியாக வேண்டும்' என்பது குடும்பங்களின் வாதமாக இருந்து வருகிறது.[4] இவ்வாறாகக் குடும்பங்களின் மரியாதையின் காவலர்களாகச் சித்திரிக்கப்படும் பெண்கள் குடும்ப மரியாதையைக் கெடுப்பதாகப் பார்க்கப்படுகிறது.

தீண்டாமைகள், ஏற்றத்தாழ்வுகள் இல்லை என உரிமை கொண்டாடும் மக்களிடையே கூட, சாதிய அமைப்பின் வழியாக மரியாதை கோருதல் நனவிலி மனத்தின் பகுதியாக இருந்து இயக்கிக்கொண்டிருக்கிறது எனலாம். தொழில், வகுப்பு (ஏழை பணக்காரர்), பொருளாதாரம், அணிந்திருக்கும் ஆடைகள், அணிகலன்கள் எனப் பலவற்றின் மூலம் இது இயங்குகிறது. 'பிறரை விட நான் உயர்ந்தவள்/ன்' என்று காட்டிக்கொள்ளும் மனநிலை இந்தியக் கலாச்சாரத்தில் பெருமளவு காணப்படுகிறது. ஒரே தொழில் நிறுவனத்தில் வேலை செய்பவர்கள் தாங்கள்

---

4. Seied Beniamin Hosseini, "Study on Honor Killing as a Crime In India–Cause and Solutions," *International Journal of Preventive Medicine*, January 2015, 90-94.

பெறும் கூலி, வகிக்கும் பதவி ஆகியவற்றின் அடிப்படையில், தங்களுக்குக் கீழிருக்கும் ஊழியர்களிடமிருந்து அதிக மரியாதை கோரும் போக்கு மிகச்சாதாரணமாக நடந்தேறுகிறது. குமரி மாவட்டத்தில் திருமணச் சடங்கிற்குச் செல்லும் பெண்கள் நிறைய அணிகலன்களை அணிந்து செல்வதற்கு முக்கியக் காரணம், அவர்கள் பணக்காரர்கள், உயர்குலத்தோர் என்று ஏற்கப்பட வேண்டும் என்னும் மனநிலையால்தான் என்பது சமூக உளவியல் சார்ந்த உண்மை. குறைவான நகை அணிந்து வருபவர்கள் திருமண நிகழ்வின் மையத்தில் காணப்படாமல் விளிம்புகளில் நின்று பங்கேற்றுச் செல்லும் போக்கு இன்று 'நாகரிகம்' என்னும் பெயரில் நடப்பதாகக் கூறலாம். முதல்தரத்தினர் இரண்டாம் தரத்தினர் என்னும் வேறுபாடு உள்ளிருந்து இயக்கி வருகிறது. நகை, உடை, வாகனம், வீடு, பழகும் மனிதர்கள் எனப் பலவற்றையும் பிரதிபலிக்கும் சமூகக் குறியீடுகள் நிலைநிற்கின்றன. அணிந்திருக்கும் மாங்கல்யம் அதிக எடை/குறைவான எடை, அழகான வடிவமைப்பு/மோசமான வடிவமைப்பு, அதை வாங்கிய பெயர்பெற்ற கடை/சிறிய கடை, அணிந்திருக்கும் உடையின் அதிக விலை/குறைவான விலை, நல்ல நிறம்/மோசமான நிறம், கணவன் மனைவியாகச் சேர்ந்து வருதல்/சேர்ந்து வராமல் இருத்தல், வாகனம் ஓட்டுபவர், ஓட்டுநர்/குடும்பத் தலைவன் என நீண்ட பட்டியலைப் போடலாம். மரியாதை கோருதல் பல வடிவங் களில் பல வேளைகளில் முரண்நகையுடன் வாழ்ந்து சொந்த அடையாளத்தை ஏற்புடையதாக்க முயன்றுகொண்டிருக்கிறது.

பதினெட்டாம் நூற்றாண்டில் சமூக ஏற்பு/நிராகரிப்பு என்பது ரூசோ போன்ற எழுத்தாளர்களால் விவாதப்பொருளாக முன்னெடுக்கப்பட்டது. நிர்ணயக் காரணியாக இருந்து வந்த மரியாதை என்னும் புறப்பொருளை மாற்றி அமைக்கும் விவாதங்கள் வந்தன. மனித மாண்பை உறுதிப்படுத்தும் மனித உரிமைகள் பற்றிப் பேசப்பட்டது. இன்றைய காலகட்டத்திலும் அவை தீவிரமாக முன்னெடுக்கப்பட வேண்டிய அவசியம் இருக்கிறது என்பதே உண்மை.

மனித மாண்பு கோரும் ஏற்பும்/நிராகரிப்பும் மையப்பொருளும் சமூகக் குறியீடுகளும்

இனம், மொழி, நம்பிக்கை, நிறம், பாலினம் ஆகிய வேறுபாடுகளைத் தாண்டி எல்லா மக்களும் சம மாண்பினைப் பெற்றிருக்கிறார்கள். அவர்களுடைய மாண்பானது சமூகத்தில் கட்டமைக்கப்பட்ட, நிறுவனமாக்கப்பட்ட மரியாதை கோரல்களுக்கு அப்பாற்பட்டவையாக உள்ளது. 'உயர்' குலத்தையோ அதற்கு இணையான மேட்டிமையையோ அடிப்படையாகக்கொண்டு 'கீழ்க்குலத்தோரிடமிருந்து'

அங்கீகாரம் கோருதலை, மனித உரிமைசார்ந்த காரியமாக முன்னெடுக்க இயலாத நிலையானது உலகளாவிய அளவில் மிகப்பெரும் பிரச்சினையாக எழுந்தது. சமத்துவம், சுதந்திரம், நீதி, தனிமனித உரிமைகள் போன்றவை மனித மாண்பைக் காப்பவையாக முன்வைக்கப்பட்டன. ஜனநாயகத்தன்மை கொண்ட இதன் வளர்ச்சியால் உயர்குடியினர் – கீழ்க்குடியினர், இரண்டாம் நிலையினர் – முதல் நிலையினர் போன்ற பிளவுபட்ட சிந்தனைகள் வீழ்ச்சியைச் சந்தித்தன. சமத்துவமிக்க சமூகச்சூழலில் புதிய தலைமுறையினர் வளர்த்தெடுக்கப்பட வேண்டியதன் அவசியத்தைச் சமூகவியலாளர்கள் முன்வைத்தார்கள்.

ஹொன்னத் *(Axel Honneth)* என்பவர் நலமிக்க சமூகத்தை உருவாக்குவதற்குக் குழந்தைகளுக்கு அளிக்கப்பட வேண்டிய மூன்று விதமான சமூக ஏற்புகளின் அவசியம் பற்றிப் பேசினார். முதலாவதாக அன்பான குடும்பச்சூழலில் குடும்ப உறுப்பினர்களால் முழுமையாக ஏற்கப்பட்டு வளர்ந்துவரும் குழந்தையானது தன்னம்பிக்கை கொண்டதாக வளர்கிறது. இரண்டாவதாகத் தனது வளர்ச்சிக்கு ஏதுவான சமூக உரிமைகளைப் பெற்று வளர்ந்துவரும் குழந்தையானது சுயமரியாதை உடையதாக வளர்ந்துவருகிறது. கடைசியாகத் தன்னுடைய திறமைகளை வெளிப்படுத்தித் தன்னையே நிறுவிக் கொள்வதற்கான வாய்ப்புகளை உருவாக்கிக்கொடுக்கும் சமூகத்தில் அக்குழந்தையின் திறன்கள் வளர்ச்சியடையும் என்று கூறுகிறார். நலமிக்க நற்சமூகத்திற்கு அனைவரும் சம உரிமைகளைப் பகிர்ந்துகொள்ளும் அரசியல், சமூகச் சூழல் மிக அவசியமாக இருக்கிறது.[5]

சுதந்திரம்/அடிமைத்தனம் மையப்பொருளாக வேண்டியதன் அவசியம்

சுதந்திரமாகச் சிந்திக்கவும் கருத்துகளை வெளிப்படுத்தவும், தனிப்பட்ட வாழ்வைத் தேர்ந்து அமைத்துக் கொள்ளவும் ஒவ்வொரு தனிமனிதருக்கும் சுதந்திரம் உண்டு என்பது அரசியல் சாசனம் தரும் உத்தரவாதமாக இருப்பதோடு வளர்ச்சியடைந்த சமூகத்தின் அடையாளமாகவும் இருக்கிறது. இச்சுதந்திரத்தை முடக்கும் விதத்தில் வரக்கூடியவை அனைத்தும் அடிமைத்தனங்களாகப் பார்க்கப்படுவதோடு, அவற்றிற்கு எதிராகப் பேசுவதற்கு ஏதுவான சமூகக் குறியீடுகளை முன்வைப்பதும் அவசியமாகிறது. ஆணவக் கொலைகள், மதச் சுதந்திரத்தை மறுத்தல் போன்றவைகள் அனைத்தும் அடிமைத்தனங்களாகப் பார்க்கப்பட வேண்டும். சமூகத்தின் ஏற்புடைமைக்கு இவைகள் காரணிகளாக அமையக் கூடாது.

---

5. Axel Honneth, *The Struggle for Recognition: The Moral Grammar of Social Conflicts*, The MIT Press, Cambridge, 1996.

நீதி/அநீதி சார்ந்த மையப்பொருளாக்கமும் இங்கே நடந்தேற வேண்டியது அவசியமாகிறது. அனைவரும் சமம் என்ற கோட்பாடும் அத்தோடு, ஆயிரக்கணக்கான ஆண்டுகளாகப் பிற்படுத்தப்பட்டு நீதி மறுக்கப்பட்டவர்களுக்கு அளிக்கப்படும் சிறப்பு உரிமைகளும் நீதியின் பகுதியாக இருக்கிறது. இவற்றிற்கு எதிராக எழுகின்றவற்றைப் புறந்தள்ளும் ரீதியிலான சமூகக் குறியீடுகள் அவசியமாக இருக்கிறது.

ஒருவர் சார்ந்திருக்கும் இனம், மொழி, சாதி ஆகியவை அங்கீகரிக்கப்பட்டு, சமூகத்தின் பகுதியாகப் பார்க்கப்பட்டு மாண்பின் அடிப்படையில் ஏற்புடையவராகக் கருதப்பட வேண்டும். அது நடைமுறைக்கு வர, சுதந்திரம்/அடிமைத்தனம், நீதி/அநீதி பற்றிய சமூகக் குறியீடுகள் ஆற்றல் பெறவேண்டும்.

மதத் திணிப்பு/விரும்பும் மதம், விரும்பும் உணவு/உணவு முறைத் திணிப்பு, கவுரவத் திருமணம்/மனமொத்த திருமணம், ஆணாதிக்கம்/பெண் விடுதலை போன்ற சுதந்திரம்/அடிமைத்தனம் சார்ந்த விவாதங்கள் முன்நிறுத்தப்பட வேண்டும். தோமஸ் மூர் கனவுகண்ட உட்டோப்பியன் சமூகம் சாத்தியமாகாத சூழலில் ஏற்பு/நிராகரிப்பு பற்றிய மையப் பொருளாக்கம் நிரந்தரமாக மனித மாண்பின் பண்புகளான சுதந்திரம், நீதி, சமத்துவம் போன்றவற்றின் மூலம் நடந்தேற வேண்டும். தன்னிலைக்கும் மற்றவைக்கும் இடையே நடக்கும் இந்தத் தொடர்பாடலானது சிக்கல்களின்றி நடந்தேறாது என்பதை வரலாறு உணர்த்துகிறது.

இயல்பால் மாண்புமிக்கவர்களாக இருக்கும் மனிதர்களுக்கு விரும்பும் சமூக ஏற்பு கிடைக்க வேண்டியது அவசியமாகிறது. மனிதர்களை இருதளங்களில் அல்லது பல தளங்களில் நிறுத்தி சிலர் அதிகம் மாண்புடையோர் மற்றவர்கள் குறைவான மாண்புடையோர் என்று தீர்மானித்து ஏற்பு நடத்துதல் அநீதி. முரண் கருத்துகளான உரிமை வாழ்வு/அடிமை வாழ்வு, விருப்ப வாழ்வு/திணிக்கப்பட்ட வாழ்வு, உரிமை கோருதல்/உரிமை நிராகரித்தல் போன்றவை எப்போதும் மக்கள் மத்தியில் நின்று நிலைக்க வேண்டும். இந்தியாவைப் பொறுத்தவரைக்கும், சலனமற்ற அமைதியான சமூகம் என்பது அநீதியின் கொடூரங்களைப் பத்திரமாகப் பாதுகாக்கும். அது சலனமிக்கதாக இருந்தால் உரிமை மீறல்களை அடையாளம் காணும் திறன் மக்களுக்கு வாய்க்கும். இதுவே உண்மையான ஏற்புடைமைக்கு வழிவகுக்கும்.

சமூகக் குறியீடுகளின் செயல்திறன்

மனித வாழ்வின் பகுதியாக மாறி அதைச் சார்ந்த குறியீடுகளை உருவாக்குவதால், மொழி சுமந்து வரும் செய்தி நம்பத்தக்க உண்மையாக மாறுகிறது.

“இருத்தலின் வெளிப்பாடே செயல்கள்” என்னும் சிந்தனையானது கிரேக்க மெய்யியலாளர் அரிஸ்டாட்டிலிலிருந்து தொடங்கி இன்றுவரை இருந்து வருகிறது. “நல்ல மரமெல்லாம் நல்ல கனிகளைக் கொடுக்கும். கெட்ட மரம் நச்சுக் கனிகளைக் கொடுக்கும்” *(மத்.7:17)* என்னும் விவிலிய வாக்கியம் இதைத் தெளிவுபடுத்துகிறது. நல்ல மனிதர்கள் நற்செயல்களைச் செய்வர்; தீய மனிதர்கள் தீச்செயல்களைச் செய்வர் என்பது பட்டவர்த்தனமான பொருளாகும். ஒரு மனிதரை நல்லவராக்கும் காரணிகளாக அவரின் நம்பிக்கைகள், உளப்பாங்கு, அவர் சார்ந்திருக்கும் சமூகத்தின் விதிமுறைகள் ஆகியவை பார்க்கப்படு கின்றன. பொதுவாக இக்காரணிகள் ஒரு செயலுக் கான காரணம் என அழைக்கப்படுகிறது. இவற்றின் அடிப்படையில் அம்மனிதர் தனது செயல்களைத் திட்டமிட்டு நடைமுறைப்படுத்துகிறார். இது விளைவு என அழைக்கப்படுகிறது. மரபுசார்ந்த மெய்யியலின் பகுதியாக இருக்கும் இந்தத் ‘திட்ட மிட்ட நடத்தைக் கோட்பாடு’ சமூகஉளவியலின் பார்வையில் முற்றிலும் ஏற்புடையதன்று. செயல்கள் காரணங்களைப் பாதிக்கின்றன. இதன்படி நல்லவர்கள் என்று சொல்லப்படுபவர்கள்

தங்களது அன்றாடச் செயல்களின் வழியாக மோசமான நிலைகளை அடைவதற்கான வாய்ப்புகளும் உண்டு. அதுபோன்று, மோசமானவர்கள் எனச் சித்திரிக்கப்படுவோர் தங்கள் செயல்கள் வழியாக நல்லவர்களாக மாறுவதற்கான வாய்ப்புகளும் அதிகம். இத்தகைய இயங்கு நிலையை அரசியல் ஆதாயங்களுக்காகப் பயன்படுத்துவோரும் உள்ளனர்.

திட்டமிட்ட நடத்தைக் கோட்பாடு

அன்றாட வாழ்வின் நடத்தை எப்படி அமைகிறது? எவற்றின் துணைகொண்டு நடத்தையை உருவாக்கிக்கொள்கிறோம்? என்று பொதுவாகக் கேள்விகள் எழுப்பினால் இரண்டு விஷயங்களை நாம் முன்வைக்கலாம். முதலாவது உலகு குறித்த நம்முடைய அறிவைச் சார்ந்ததாக இருக்கிறது எனலாம்; அதாவது, உலக நடப்பு, சமூக நிகழ்வுகள், சந்திக்கும் மனிதர்கள், வரவிருப்பவை பற்றிய முன்னறிவு. எடுத்துக்காட்டாக, வணிக ஒப்பந்தம் ஒன்றிற்காகப் புறப்படுபவர் ஒப்பந்தத்தின் தன்மை, ஒப்பந்தம் செய்துகொள்ளும் நிறுவனம், சந்திக்க இருக்கும் மனிதர்கள், இடம் போன்றவற்றை அறிந்தவராக இருப்பார். இரண்டாவது, எதிர்காலத் திட்டங்களை அடிப்படையாகக் கொண்டதாக இருக்கிறது. அதாவது, ஒப்பந்தம் செய்துகொள்பவர், அதன் வழியாக அடைய விரும்புவதை மனத்தில் வைத்துச் செயல்படுவார். ஆக வெளியுலகு சார்ந்த 'பொருட்களைப்' பற்றிய அறிவும், அவை உருவாக்கும் உளப்பாங்கும் சமூகத்தில் தனிநபரின் நடத்தையைத் தீர்மானிக்கின்றன என்பது பொது அறிவின் பகுதியாக இருக்கிறது. இவ்வகையில்தான் சமூகத்தில் நாம் மேற்கொள்ளும் ஒவ்வொரு முன்னெடுப்புகளும் அமைகின்றன எனலாம்.

தனிமனிதனின் உள்ளார்ந்த திறன்களுக்கு முக்கியத்துவம் கொடுத்துப் பேசிய 'தனிநபரின் செயல்திறன்' என்னும் கோட்பாடானது, தனிநபருக்குள் நடக்கும் உள்ளார்ந்த அறிவுசார் சிந்தனை ஓட்டத்திற்கு முக்கியத்துவம் கொடுத்தது. விரும்பும் 'நடத்தையை', செயல்படுத்துவதற்குத் தேவையான அறிவுத் தேடலில் ஒருவர் ஈடுபடுகிறார். அவ்வறிவின் அடிப்படையில் வாழ்வும் அமைக்கப்படுகிறது. இக்கொள்கையை முன்னெடுத்த பண்டூரா கூறும்போது, 'ஒன்றை அடையவேண்டும் என்ற தீவிரமான ஆசையை வளர்த்துக்கொள்ளும் ஒருவர், அதைத் தன்னால் அடையமுடியும் என்று நம்புவார்; எதிர்பாரா தடைகள் வராமல் இருந்தால் அவர் அதை அடைவார்' என்றார்.[1]

---

1. Albert Bandura, *Self-Efficacy: The Exercise of Control*, W.H.Freeman and Company, New York, 1997.

'உளப்பாங்கு-நடத்தை' என்னும் இணையை முன்னெடுத்த சில சமூக உளவியலாளர்கள் 'திட்டமிட்ட நடத்தைக் கோட்பாட்டை' முன்வைத்தார்கள். இதன்படி ஒருவருக்குள் திட்டமிட்ட அறிவார்ந்த இயங்குநிலை நடக்கிறது என்று கூறினர். அதாவது, நடத்தையை அமைத்துக்கொள்ள விழைபவர் உளப்பாங்கு, நம்பிக்கைகள், தனிவாழ்வு சார்ந்த விதிமுறைகள் மற்றும் சூழலை எதிர்கொள்வதற்கு அவசியமாக இருக்கின்ற காரணிகளைத் தனது அறிவுக்கு உட்படுத்தி எண்ணிய நோக்கத்தை நிறைவேற்றுகிறார். அறிவுசார்ந்த செயலின் வெளிப்பாடாக நடைமுறைப்படுத்தப்படும் அந்நடத்தை வெற்றிகரமாக அமைந்தால் அவர் எண்ணிய கருத்து நிறைவடைகிறது.[2]

இக்கொள்கைகள் காரணம் – விளைவு என்னும் தொடர்புக்கண்ணியை முன்வைக்கின்றன. உளப்பாங்கு, மனநிலைகள், விதிமுறைகள், நம்பிக்கைகள், நடத்தை சார்ந்த நோக்கங்கள் போன்றவை காரணங்களாக முன்வைக்கப்படுகையில், செயலாக்கம் பெறும் நடத்தை அல்லது எண்ணப்பட்ட இலக்கானது விளைவாக இருக்கிறது. காரணங்களாக இருப்பவை சமூக ஆய்வியலின் மொழியில் 'சார்பற்ற மாறிகள்' என்றும், வெளிப்படுத்தப்படும் நடத்தையானது (விளைவு) 'சார்புடைய மாறி' எனவும் அறியப்படுகிறது. விளைவின் எவ்விதத் தாக்கமுமின்றி அதேவேளையில் மூளையில் நடக்கும் அறிவுசார்ந்த செயல்பாடு வழியாக மாற்றம் அடைவதைச் சார்பற்ற மாறிகள் எனவும், காரணங்கள் ஏற்படுத்தும் தாக்கத்தால் விளைவுகளில் மாற்றம் ஏற்படுவதால் அவை சார்புடைய மாறிகள் எனவும் அழைக்கப்படுகின்றன. இச்சூழலில், விளைவுகள் காரணங்களின் மீது எவ்விதத் தாக்கத்தையும் ஏற்படுத்துவதில்லையா? என்ற கேள்வி எழுவதோடு, காரணம்– விளைவு என்னும் ஒற்றைக் கண்ணிக்குள் மனிதரின் நடத்தையைப் பற்றிய புரிதலைச் சுருக்குவது சரியா? என்னும் கேள்வியும் எழுகிறது.

நடத்தையின் மீது தாக்கம் ஏற்படுத்தும் சமூகக் குறியீடுகள்

சிக்கல்கள் நிறைந்த மனிதரின் நடத்தையைக் காரணம்– விளைவு என்னும் வட்டத்திற்குள் சுருக்குதல் சிக்கல் மிக்கது. இது ஒரு மனிதரின் செயலை வைத்து அவரைத் தீர்ப்பிடுவதற்கு வழிகோலும். அத்தோடு குறிப்பிட்ட சமயம், சாதி, குலக்குழுவைச் சேர்ந்த ஒருவர் செய்வதை அக்குலம் முழுமைக்குமான

---

2. Icek Ajzen, "The Theory of Planned Behavior" in *Handbook of Theories of Social Psychology* vo. 1,Paul A. M. Van Lange, Arie W. Kruglanski and E. Tory Higgins (ed.), Sage, London, 2012, pp. 438-459.

நடத்தையாகச் சித்திரிக்கும் அபாயமிக்க போக்கும் இதில் அடக்கம். செயல்களின் அடிப்படையில் நடத்தையையும் மனிதர்களின் இருத்தலையும் நிர்ணயிக்கும் போக்கு சமூகத் தீர்ப்பிடுதல்களுக்கு வழிவகுக்கும்.

சமூக உளவியலாளரான ஸ்மெட்ஸ்லண்ட்இன் கருத்துப்படி, மேற்கூறிய தர்க்கவியலானது 'ஒரு சமூகம் கொண்டிருக்கும் பண்பாட்டு உள்ளீடுகளின் அடிப்படையில் உண்மையாக இருக்கலாம்' என்றார்.[3] எடுத்துக்காட்டாக, கடவுளுக்குச் சில நேர்த்திக்கடன்களை நிறைவேற்றினால் அதன் பயனாகக் கடவுளின் நடத்தையில் மாற்றம் ஏற்படும். இந்நம்பிக்கை மக்களிடையே உண்டு. நோய், இழப்புகள் ஆகியவை நீங்கி நல்வாழ்வு வாழ கடவுளுக்கு அளிக்கப்படும் நேர்த்திக் கடன்கள் அவரின் இரக்கத்திற்கு வழிவகுக்கும் என்பது இதன் அர்த்தம். இவ்விதத்தில் காரணம் – விளைவு என்னும் தர்க்கவியல் சரி எனக் கூறிட இயலும். ஆனால் இது வாழ்வியல் சூழலில் ஏற்புடையதல்ல. இதை ஸ்மெட்ஸ்லண்ட் 'சூழல்சார்ந்த காரணங்கள்' என்னும் கொள்கை வழியாக விளக்கினார்.

தனிநபர் தனது அறிவின் அடிப்படையில் செயல்பாட்டில் ஈடுபடலாம். ஆனால் அவர் சந்திக்கும் சூழல் திட்டமிட்டபடி அமையாமல் புதியனவற்றை முன்வைக்கும். அதன் விளைவாக நடத்தையில் மாற்றம் ஏற்படலாம். எடுத்துக்காட்டாக, சிறுவயது முதல் பெற்றோர் திட்டமிட்டபடி வளர்த்தெடுக்கும் பதின்வயதினர் வீட்டைப் பிரிந்து விடுதியில் தங்கிப்படிக்கையில் அவர்கள் நடவடிக்கைகளில் மாற்றம் ஏற்படலாம். அமையும் நண்பர்கள், கலப்புப் பண்பாட்டுச் (மொழி, சமயம்) சூழல் ஆகியவற்றால் 'சார்பற்ற மாறிகளும்' மாற்றம் அடையலாம். பள்ளிக்கல்வியை முடித்து நகர்ப்புறங்களுக்கு நகரும் மாணவர்களும் இத்தகைய மாற்றத்தை அடைவது வழக்கம். நகர்ப்புறத்தில் மூன்றாண்டுகள் தங்கியவர்கள் வீடு திரும்பிய பின்னர் மேலும் மாற்றம் ஏற்படலாம். ஷேக்ஸ்பியரின் 'தி டெம்பெஸ்ட்' நாடகத்தில், 'நல்ல கருப்பைகள் மோசமான மகன்களைச் சுமந்திருக்கின்றன' என்று மிராண்டா என்னும் கதாபாத்திரம் கூறுவதாக வருகிறது. நல்லவரான பாட்டியின் வயிற்றில் மாமனாராகிய அந்தோணியோ என்னும் மோசமான மனிதர் வளர்ந்திருக்கிறார் என்பது அவரை ஆச்சரியப்பட வைக்கிறது. காரணம் – விளைவு என்னும் தர்க்கவியல் கட்டுப்படுத்தப்பட்ட ஆய்வுக்கூடங்களில் சில தேர்ந்தெடுக்கப்பட்ட குழுக்களின் மீது நடத்தப்படும் சோதனைகளில் உண்மையென நிரூபிக்கப்படலாம்.

---

3. Jan Smedslund, "Bandura's Theory of Self-Efficacy: A Set of Common Sense Theorems," *Scandinavian Journal of Psychology* 19 (1), 1 – 14.

சமூகக் குறியீடுகளின் இயங்காற்றல்

நான் – மற்றவை – பொருள்[4] என்னும் மும்முனை உரையாடலின் பகுதியாக இருக்கும் பொருட்கள் என்னும் சமூகக் குறியீடுகள், நெகிழ்வற்ற திடப்பொருளன்று. அவை நடத்தையோடும் சூழல்களோடும் எவ்விதத் தொடர்பாடல்களோ, தாக்கமோ இல்லாமல் தனித்து இயங்குவதில்லை. அப்பொருட்கள் பலதரப்பட்ட மனிதர்களின் சமூகம் சார்ந்த நடத்தைகளோடு கலந்திருக்கின்றன. எடுத்துக்காட்டாக, பல சமய மக்கள் கூடிவாழும் சமூகத்தில் திருமணத்தில் ஒருவர் நடந்துகொள்ள வேண்டிய விதமானது சூழலுக்கு ஏற்ப மாறுபடுகின்றது. பெண் ஒருவரின் பிறந்த வீட்டில் அவரது இரு சகோதரர்கள் இருவேறு மதங்களில் திருமணம் செய்துகொள்கிறார்கள் என்றால், அப்பெண்ணைப் பொறுத்தவரைக்கும் அவர் இரண்டு சந்தர்ப்பங்களிலும் வெவ்வேறு விதத்தில் தனது நடத்தையை அமைத்துக்கொள்ள வேண்டும். ஒருவர் இந்து முறைப்படி திருமணம் செய்கையில் அதற்கேற்பவும் இன்னொருவர் கிறிஸ்தவர் என்றால் அதன்படியும் அவர் நடந்துகொள்ள வேண்டும். இப்பெண்ணைப் பொறுத்தவரைக்கும் திருமணமும் அதைச் சார்ந்த சமூகக் குறியீடுகளும் மாற்றத்துக்குட்படுகின்றன. அப்பெண்ணின் நடத்தை ஒற்றை இயல்புடைய ஒற்றைப் பொருளைக் கொண்டிருந்தால் அவர் பங்கேற்கும் திருமண நிகழ்வுகளில் அவரின் நடத்தை உகந்ததாக அமையாது. திருமணம் சார்ந்த அந்தந்த சமயம் சார்ந்த சமூகக் குறியீடுகள் என்னும் 'பொருளானது' தனிநபர் அல்லது குழுக்களின் நீட்சிகளாகச் சமூகத்தில் காணக் கிடக்கின்றன. எடுத்துக்காட்டாக, கிறிஸ்தவ முறைப்படியான திருமணச் சடங்கு சார்ந்த சமூகக் குறியீடுகள், அக்குழுவின் நீட்சியாகச் சமூகத்தில் காணப்படுகின்றன. இதில் ஒருவர் பங்கேற்கும்போது, அம்மதத்தை அடையாளப்படுத்தும் முறைகளைப் பயன்படுத்தினால்தான் அவரது நடத்தை அச்சமூகத்திற்கு ஏற்புடையதாக இருக்கும். சமூகக் குறியீடுக் கோட்பாட்டின் கருதுகோளாக, "புற உலகிற்கும் தனிநபர் உலகிற்கும் இடையே வரையறுக்கப்பட்ட இடைவெளி இல்லை" என்பதை மோஸ்கோவிச்சி முன்வைக்கிறார்.[5] இடைவெளி என்பதைப் பொருள் என்று இவ்விடத்தில் அர்த்தப்படுத்திக்கொள்ளலாம்.[6]

---

4. கூடுதல் புரிதலுக்காக இந்நூலின் இரண்டாவது கட்டுரையைப் பார்க்கவும்.

5. "There is no definite break between the outside world and the world of the individual" Serge Moscovici, *Psychoanalysis: Its Image and Its Public*, Polity Press, Cambridge, 2008, p. 8.

6. இந்நூலின் மூன்றாம் கட்டுரையில் இது பற்றிய விளக்கத்தைக் காணலாம்.

ஒருங்கிணைந்த தொடர்பாடல்

சமூகத்தோடு சேர்ந்து ஒழுக வேண்டும் என்னும் சொல்லாடலுக்குச் சமூகத்தின் எண்ணம், செயலுக்கு ஏற்ப ஒழுக வேண்டும் என்னும் பொதுப் புரிதல் உண்டு. சொல் மற்றும் செயலில் இடம்பெறும் பொருளானது பிறர் புரிந்துகொள்ளும்படியும், அவர்களை அன்னியமாக்காத படியும் அமைய வேண்டும். எடுத்துக்காட்டாக, பல்சமயக் கலந்துரையாடலில் பேசுபவர் அனைத்து மதத்தினருக்கும் ஏற்புடைய பொதுக்காரியங்களைப் பேசாமல் அவர் சார்ந்திருக்கும் மதத்தின் வழிபாட்டுமுறைகளைப் பற்றிப் பேசினால் அவர் ஏற்றுக்கொள்ளப்படாமல் போகலாம். அவரைச் சார்ந்தவர்கள்கூட அவரை நிராகரிக்கலாம். ஒருவர் மேற்கொள்ளும் செயல் வெற்றியடைய வேண்டுமெனில் அவரது சொல்லைக் கேட்பவர்கள் கொண்டிருக்கும் 'பொருட்களுடன்' அவர் பேசும் உள்ளீடுகள் இயைந்து போக வேண்டும். அவர் புதிதாக ஒன்றை அறிமுகப்படுத்துவதாக இருந்தால், அதை அவர் 'பழைய பொருட்களின்' துணையுடன்தான் மேற்கொள்ள முடியும். இந்த ஒருங்கிணைந்த தொடர்பாடல் சமூகத்தில் நிலவும் ஏற்றத்தாழ்வுகளுக்கு ஏற்பவும் நடக்கிறது. 'கீழ்நிலையில்' இருப்பவர் சமூகக் கட்டமைப்பின் பகுதியாக 'உயர்நிலையில் இருப்பவரிடம்' பேசும்போது, தனக்கு இணையான உறுப்பினர் களுடன் பேசுவதைப்போன்று பேசினால் ஏற்றுக்கொள்ளப் படாமல் போகலாம். ஆகையால் அவர் தன்னுடைய நிலைக்கு ஏற்றவாறு பேசுவதும் செயல்களை முன்னெடுப்பதும் அவசியம். இதற்குள் பல உள்ளீடுகள் உள்ளன. தான் முன்னெடுக்க வேண்டிய செயல்களைப் பற்றிய தெளிவுகள், சூழலைப் பற்றிய குறியீடுகள் (உயர் அதிகாரியின் முன் பயன்படுத்தப்பட வேண்டிய சமூகக் குறியீடுகள்), முன்வைக்கப்பட வேண்டிய விசயம், உரையாடலில் பங்கேற்கும் மற்ற நபர் கொண்டிருக்கும் பொருள் எனப் பல உள்ளன. இத்தகைய நிலையை முற்றுருவச் சார்பியம் என்று அழைத்தல் சிறப்பு. மெய்யியலாளரான ஹேபர்மாஸ் அவர்கள் இதைக் 'கூட்டுறவு உண்மை' என்கிறார்.[7]

சார்புக் குறியீடுகளைக் கொண்ட நடத்தை

சார்புக் குறியீடுகளைக்கொண்ட நடத்தையை இரு தளங்களில் புரிந்துகொள்ளலாம். முதலாவதாக, சொந்தக் குழு.

---

7. Jurgen Habermas, *The Theory of Communicative Action vol. 1, Lifeworld and System: A Critique of Functionalist Reason*, Thomas McCarthy (trans.), Beacon Press, Boston, 1987

சொந்தக் குழுவுக்குள் உரையாடல்களும் செயல்களும் எளிது. அவர்கள் தாங்கள் சார்ந்திருக்கும் குழுவின் விதிமுறைகளுடன் பழகிப்போனவர்கள். சொந்தக் குழுவுக்குள் பழகுவதையே மனிதர்கள் அதிகம் விரும்புகிறார்கள். 'ஒத்துப்போவோரிடம் கலத்தல்' என்னும் சொல்லாடல் வழியாக இது வரையறுக்கப்படுகிறது. ஏற்பு/நிராகரிப்பு என்னும் முரண்சார்ந்த எண்ணவோட்டம் மனிதரை வழிநடத்தும் சூழலில், சொந்தக் குழுவுக்குள் 'ஏற்பு' எளிதில் சாத்தியமாகிறது.[8] இவ்வியங்குநிலை கலவரத்தில் ஈடுபடுவோர் நடுவில் செயல்படுவது வழக்கம்.இவர்களைப் பிணைக்கும் சமூகக் குறியீடுகளாக இனம், மதம், குலம் போன்ற அடையாளங்களும், வரலாற்றுப் புனை(ரி)தல்களும் இடம்பெறுகின்றன. எதிரியாகக் கட்டமைக்கப்படுபவர்கள் பற்றிய குறியீடுகளாக நில அபகரிப்புச் செய்தவர்கள், வந்தேறிகள், மூதாதையர்களைக் கொன்றவர்கள், வழிபாட்டுத்தலங்களை இடித்தவர்கள் போன்றவை வருகின்றன. 'இழந்தவற்றைத் திரும்ப அடைதல்' என்னும் பொதுக்குறியீடு அவர்களை ஒன்றிணைத்து எதிரிகளை அழிக்கும் பணியில் ஈடுபடுத்தும்.

அடுத்ததாக வருவது பிற குழுக்கள். பிற குழுக்களுடன் உறவாடும்போது, அதற்கேற்ற சமூகக் குறியீடுகள் அமைவது அவசியம். பிற மத, இன, மொழி குழுக்களிடையே சொந்தக் குழுக்களில் பயன்படுத்தப்படும் குறியீடுகளுள் சில தக்க வைக்கப்படுகின்றன, சில நீக்கப்படுகின்றன, சில புதிதாகப் புகுத்தப்படுகின்றன. இவை தொடர்பாடலில் வாழும் குறியீடுகள் என அழைக்கப்படுகின்றன. மனித நேயம், பிறரன்பு, இரக்கம், நற்சமூகம் போன்றவை மையப் பொருட்களாக மாற்றப்படும் போது இறுக்கமுடையனவாய்க் குழுவுக்குள் புழங்கிய குறியீடுகள் மாற்றம் காண்கின்றன. 'வேற்று தெய்வத்தை வழிபடுபவர்களாக இருந்தாலும் அவர்களும் மனிதர்களே,' 'மதம் கடந்த மனித நேயம்,' 'வேற்றுமொழி பேசினாலும் அவர்களுக்கும் குடும்பம் உண்டு' போன்ற சமூகக் குறியீடுகள் உருவாகின்றன. சமூகக் குறியீடுகள் மனிதரின் சமூக வாழ்விலிருந்து உருவாகின்றவையாக இருப்பதால் இது இவ்வாறு நடக்கிறது. அவை, நெகிழ்ச்சிமிக்கனவாக இருக்கும். இவை அன்றாட வாழ்விற்கு அவசியமாக இருப்பதால் மாற்றம் எளிதில் நடக்கிறது. குறுகிய குழு சார்ந்த போதனைகளையும் 'திருமொழிகள்' போடும் தடைகளையும் தாண்டிக் கூடிவாழ்தலினூடாக இது நடக்கிறது. இங்கே மொழியைப் பற்றி விட்கின்ட்ஸ்டைன் கூறுவது கவனிக்கத்தக்கது. 'மொழி என்பது செயல்பாடுகளில் இழைந்தோடிக் கிடக்கும்

8. இதைப் பற்றிய விளக்கத்தை இந்நூலின் ஐந்தாவது கட்டுரையில் காணலாம்.

எழுத்துகளின் கோர்வை."[9] அதாவது, மனித வாழ்வின் பகுதியாக மாறி அதைச் சார்ந்த குறியீடுகளை உருவாக்குவதால் மொழி சுமந்துவரும் செய்தி நம்பத்தக்க உண்மையாக மாறுகிறது. சாமானியரின் உலகில் சமூகக் குறியீடுகள் செயலூக்கம் பெற்றவை யாகக் காணப்படுவதற்கு இதுவே காரணமாக அமைகிறது என்பதை அறியவருகிறோம். கூடி மனமொத்து, ஒத்துழைத்து விட்டுக்கொடுத்து ஏற்றுக்கொண்டு வாழும் செயல்கள் சமூகக் குறியீடுகளாக மாறுகின்றன.

செயல்வடிவில் சமூகக் குறியீடுகள்

சமூகக் குறியீடுகள் செயல்கள் மூலம் மாற்றங்களையும் புதிய வடிவங்களையும் பெறுகின்றன. இந்தியாவின் சில மாநிலங்கள் சமீப காலமாக முன்னெடுக்கும் மக்கள்தொகைக் கட்டுப்பாட்டுத் திட்டங்கள் பற்றிய அலசலின் மூலம் இதனை அறிந்துகொள்ளலாம்.

2019ஆம் ஆண்டு இந்தியப் பிரதமர் செங்கோட்டையில் நிகழ்த்திய சுதந்திர தின விழா உரையின்போது, அதிகரிக்கும் மக்கள்தொகையைக் கட்டுப்படுத்துவதைப் பற்றிப் பேசினார். குழந்தைகளின் எதிர்காலம் நல்லதாய் அமைய இது அவசியம் என்றார். ஆனால் இதைச் சட்டம் மூலம் நடைமுறைப்படுத்தும் பணியில் அசாம் அரசு ஏற்கெனவே ஈடுபட்டிருந்தது. உத்தரப் பிரதேச மாநிலத்திலும் 'மக்கள்தொகைக் கட்டுப்பாடு மற்றும் நலச்சட்டம் 2021' என்னும் முன்வரைவு வந்தது. இது பின்னர் கிடப்பில் போடப்பட்டது. இது மக்கள் நலனா? அல்லது அரசியல் நலனா? என்பவற்றிற்கான விடைகாண 1950ஆம் ஆண்டு முதலான தகவல்களை ஆய்வு செய்யவேண்டும். இது மொத்தக் கருவள வீதம் என்னும் அளவையால் கணக்கிடப்படுகிறது. அதாவது, பெண்கள் கருத்தரிக்கும் வயதில் பெற்றெடுக்கும் குழந்தைகளின் விகிதத்தால் கணக்கிடப்படுகிறது.

இதன்படி இந்தியாவில் 1950 முதல் 1956 வரை மொத்தக் கருவள வீதம் 5.9 என இருந்தது. அது 1957ஆம் ஆண்டில் 0.1 புள்ளி சரிந்தது. இதன் தொடர்ச்சியாக 1965ஆம் ஆண்டின் இறுதியில் இது 5.7 ஆக இருந்தது. இப்படியாகக் குறையத் தொடங்கிய மொத்தக் கருவள வீதம் 1992ஆம் ஆண்டு 3.9ஐ எட்டியது. பின்னர் 2002ஆம் ஆண்டில் 2.9 எனக் குறைந்து 2021இல் 2.179 என்னும் வீதத்தை அடைந்திருக்கிறது. ஓர்

9. Wittgenstein, *ÜberGewißheit (On Certainty)*, G. E. M. Anscombeand G. H. von Wright,Denis Paul and G. E. M. Anscombe, (ed.), Harper & Row Publishers, New York, 1969, Para. 204.

ஆரோக்கியமான சமூகத்திற்கும் நாட்டிற்கும் 2.1 'மாற்று நிலை கருவுறுதல்' போதுமானது. இது மக்கள்தொகையைத் தொடர்ந்து தக்க வைத்திருக்க வேண்டி ஒரு பெண் பெற்றெடுக்க வேண்டிய சராசரிக் குழந்தைகளின் எண்ணிக்கையைப் பிரதிபலிக்கிறது. இந்தியாவைப் பொறுத்தவரைக்கும் அந்நிலையை அடைந்து விட்டது என்பதில் ஐயமில்லை. அதேவேளையில், மொத்தக் கருவள வீதம் இரண்டிற்குக் கீழ் வந்தால் மக்கள்தொகை சுருங்குகிறது, அத்தோடு சில ஆபத்துகளையும் வருவிக்கிறது. வயதானவர்களின் எண்ணிக்கை அதிகரிக்க ஆரம்பிக்கும்; உழைப்போர் எண்ணிக்கை குறையும்; விகிதத்தில் அதிகமாக இருக்கும் முதியவர்களைக் கவனிக்கும் பொறுப்பு விகிதத்தில் குறைவாக இருக்கும் இளையோரின் மேல் சுமத்தப்படும். இத்தகைய சூழல்கள் ஜப்பானில் இருக்கிறது. சீனா இந்த ஆபத்தை உணர்ந்து தனது கொள்கைகளை மாற்றியுள்ளது.

இந்திய அளவில், மக்கள்தொகை என்பது எவ்விதமான ஆபத்து விகிதங்களையும் அடையாத சூழலில் அசாமிற்கும் இது பொருந்தும். 2011ஆம் ஆண்டு இது 2.2ஐ எட்டியுள்ளது. இஸ்லாமியர்களை எதிரிகளாகக் கட்டமைத்து அரசியல் ஆதாயம் தேடுதல் என்பதே இதன் குறிக்கோள். முதலமைச்சர் ஹிமந்தா பிஸ்வா சர்மா 2021 – ஜூலை மாதத்தில் இஸ்லாமியர்கள் மக்கள்தொகைக் கட்டுப்பாட்டைக் கடைப்பிடிக்க வேண்டும் என்று கூறினார். ஜூலை மாதம் 28ஆம் தேதி அளித்த நேர்முகத்தின்போது, சமமற்ற மக்கள்தொகைப் பெருக்கத்தால் அசாமியர்கள் தங்கள் சொந்த வீடுகளைக் கூட மற்றவர்களுக்குப் பறிகொடுக்கும் நிலை ஏற்படும் என்றார். சிறுபான்மையினரின் மக்கள்தொகைப் பெருக்கத்தைக் கட்டுப்படுத்தவில்லை என்றால் வறுமை, கல்வியறிவின்மை, வேலையின்மை ஆகியவை பெருகும் என்றார். சிறுபான்மையினர் என்று இங்கு குறிப்பிடப் படும் இஸ்லாமியர்கள் பற்றிய புள்ளி விபரங்கள் இத்தகைய ஆபத்தை வெளிப்படுத்தவில்லை. 2020ஆம் ஆண்டுக்கான ஐந்தாம் தேசியக் குடும்பநலக் கணக்கெடுப்புத் தகவல் கணக்கின்படி, இஸ்லாமியர்களின் மொத்தக் கருவள வீதம் 2.4 எனக் குறிப்பிடப்படுகிறது. இது இந்துக்களிடையே 1.6 எனவும், கிறிஸ்தவர்களிடையே 1.5 எனவும் காட்டுகிறது. ஆனால் 2005–2006ஆம் ஆண்டுக்கான தேசிய குடும்ப நலக் கணக்கெடுப்புத் தகவல் இஸ்லாமியர்களின் வீதம் 3.7 எனத் தரவுகள் காட்டுகிறது. ஆக ஐந்தாண்டுகளில் 1.3 புள்ளிகள் குறைந்திருக்கிறது. 'மாற்று நிலை கருவுறுதல்' கொள்கையின்படி 0.3 மட்டுமே அதிகமாக இருக்கிறது. இந்த விகிதம் அடுத்து வரும் ஆண்டுகளில் குறையும் என்பது பொதுஅறிவுள்ள அனைவருக்கும் நன்கு புரியும். ஆனால் சிறுபான்மையினரை ஆபத்தாகக் கட்டமைத்துப்

பரப்புரை செய்ததன் பயனாக அதே அரசியல் கட்சி ஆட்சியைக் கைப்பற்றியதோடு அதற்காகத் திட்டம் வகுத்த அன்றைய நிதியமைச்சர் இன்று முதலமைச்சரும் ஆனார். இது பிரிவினைவாத மக்கள்தொகை அரசியல் என்பதே உண்மை. ஒப்பீட்டளவில் இத்தகைய சூழலே உத்தரப்பிரதேசத்திலும் நிலவுகிறது.

அடுத்த தேர்தலைக் கருத்தில் கொண்டு ஒன்றிய அரசும் மக்கள்தொகைக் கட்டுப்பாடு போன்ற சட்டங்களைக்கொண்டு வந்தாலும் ஆச்சரியப்படுவதற்கில்லை. மற்றுமொரு தகவலை நாம் அறிந்திடுதல் நல்லது. உச்ச நீதிமன்றத்தில் குடும்பத்திற்கு இரண்டு குழந்தைகள் என்னும் விகிதத்தில் மக்கள்தொகைக் கட்டுப்பாட்டுச் சட்டம் கொண்டு வர வேண்டும் என்று பொது நல வழக்கு தொடரப்பட்டது. அதற்கு 2018ஆம் ஆண்டு வாக்குமூலம் அளித்த ஒன்றிய அரசு, இந்தியாவில் மொத்தக் கருவள வீதம் குறைந்து வருவதாகக் குறிப்பிட்டதோடு, சட்டத் திணிப்புகள் எதிர்மறை பாதிப்புகளை உருவாக்கும் என்றும் விளக்கம் அளித்தது. ஆனால் ஓராண்டு கடந்தபின் 2019 ஆகஸ்ட் 15 அன்று நாட்டின் பிரதமர், மக்கள்தொகைப் பெருக்கம் கவலை அளிப்பதாகக் கூறுவது அரசியல் அல்லாமல் வேறென்னவென்பது.

நாங்கள்/அவர்கள் என்னும் முரண்சார்ந்த தர்க்கவியலை முன்வைத்து, மக்கள் மத்தியில் அச்சங்களையும் ஐயப்பாடுகளையும் பாதுகாப்பின்மையையும் உருவாக்கி அரசியல் ஆதாயம் தேடுவதைத் தரவுகள் வெளிப்படுத்துகின்றன. நாங்கள்/அவர்கள் சார்ந்த சமூகக் குறியீடுகளுக்குச் செயல்வடிவம் கொடுப்பதில் அரசை நடத்தும் கட்சி வெற்றிகாண்கிறது என்பதைத் தேர்தல்கள் மெய்ப்பிக்கின்றன. சிறுபான்மையினர் பெரும்பான்மையினரை விழுங்கிவிடுவார்கள் என்னும் ஆதாரங்களற்ற அச்சத்தை மக்கள் மனத்தில் ஊட்டிட அவர்கள் முன்னெடுக்கும் செயல்கள் உதவிபுரிகின்றன. செயல்களால் முன்னெடுக்கப்படும் பிரிவினைஅரசியல் மக்கள் மத்தியில் தழைத்து வளர்ந்து அவர்களுக்குத் தேவையான ஆதாயத்தைக் கொடுத்துக்கொண்டிருக்கிறது. அறிவியல் உண்மைகள், களம் சார்ந்த ஆதாரங்கள் செயல்வடிவம் பெறக்கூடாது என்பதில் அவர்கள் கவனமாய் இருக்கிறார்கள். முன்னெடுக்கும் செயல்திட்டங்களில் அடங்கியிருக்கும் ஏற்புடைமையை உள்வாங்கிப் பெரும்பான்மையினர் அதன் பகுதியாகி விடுகின்றனர். இங்கே மோஸ்கோவிச்சி முன்வைத்த சமூகக் குறியீடுகள் சார்ந்த முக்கியமான கருதுகோள் அர்த்தம் பெறுகிறது: 'தன்னிலையும் பொருளும் அவைகளுக்கான பொதுக்களத்தில் பலவகைப்பட்டவை அல்ல.'[10] பெரும்பான்மையினரின்

10. Serge Moscovici, *Psychoanalysis: Its Image and Its Public*, 8.

மனங்களில் திணிக்கப்படும் அச்சங்களும் பொதுவெளியில் அரசு செயல்படுத்தும் சட்டங்களும் ஒத்துப்போகின்றன. அவை இருவேறு உண்மைகளாக நிலைகொள்ளவுமில்லை.

2026ஆம் ஆண்டு இதே அரசு, தாங்கள் கொண்டுவந்த சட்டம் எவ்வித மாற்றங்களைச் சமூகத்தில் ஏற்படுத்தியிருக்கின்றன என்பதையும் சமூகங்களின் சமன்நிலை எப்படிப் பேணப்பட்டது என்பதையும் பற்றிக் கூறுவதோடு, பெரும்பான்மையினரின் நலன்கள் பாதுகாக்கப்பட்டன என்பதையும் (அரசு சார்புடைய 'அறிவர்களின்' துணையுடன்) அறிக்கையாக வெளியிடலாம். அது உண்மையென ஏற்றுக்கொள்ளப்பட்டு அதன் சமூகக் குறியீடுகளும் சமூகத்தில் நடைமுறைக்கு வந்து புது அரசியல் லாபத்திற்கு அவை ஊடுபொருட்களாக மாற்றப்படலாம்.

பொதுஅறிவின் துணைகொண்டு அன்றாட வாழ்வை நடத்தும் மக்களுக்கு அறிவியல் சார்ந்த தரவுகள் வாழ்வுக்குத் துணைபோகாததால் அவை அவர்களுக்குள் தாக்கத்தை ஏற்படுத்துவதுமில்லை. ஆகவே, பிரிவினைகளைக் கடந்த பொதுநலக் கோட்பாடுகள் கூடிய விரைவில் கைக்கூடுவதற்கான அறிகுறிகள் எதுவும் இப்போதைக்குத் தென்படவில்லை.

அறிவுலகம் என்னும் கண்ணாமூச்சியும் சில தெளிவுகளும்

சிந்திக்கத் திராணியற்ற அறிவற்றவர்களின் கூட்டம் எனப் பெரும்பான்மையான மக்களை ஒதுக்கும் போக்கைச் சமூகக் குறியீடுகள் என்னும் சமூக உளவியல் கோட்பாடு கேள்விக்குட்படுத்தியிருக்கிறது.

பொதுவாக மாறுபட்ட, ஒன்றுக்கொன்று முரணான கருத்துகள் சமூகத்தில் நிலவுவதுண்டு. இக்கருத்துகளை அச்சமூகத்தில் வாழும் மனிதர்கள் பகிர்ந்துகொள்கிறார்கள். கிறிஸ்தவ ஆன்மிகநெறியைப் பின்பற்றும் ஒருவர் இந்து சமயத்தைச் சார்ந்த ஆன்மிகக் கருத்துகளைப் பகிர்வதுண்டு. இதில் முரணான கருத்துகளும் இடம்பெறுவதுண்டு. எடுத்துக்காட்டாக 'கர்மா' என்னும் இந்து சமயம் சார்ந்த தத்துவத்தை இயல்பாக நம்பி அதற்கேற்ப கருத்துகளைப் பகிர்ந்து கொள்ளும் கிறிஸ்தவர்களைப் பார்க்கலாம். பொருள் முதன்மை வாதத்தை அடிப்படையாகக்கொண்டு நாத்திகத்தை முன்வைக்கும் சோசலிசக் கட்சியைச் சார்ந்தவர் தீவிர மத விசுவாசியாக இருப்பதையும் காணலாம். இப்படியாக ஒரேவேளையில் முரண்பட்ட கருத்துகளை வாழ்வில் கொண்டு அவற்றை இயல்பாகப் பயன்படுத்திவரும் நிலையை முட்டாள்தனமாக ஒதுக்கிவிட முடியாது. காரணம், இவ்வறிவின் அடிப்படையில்தான்

ஏற்புடைய வாழ்வுக்கான போராட்டம்

பெரும்பான்மையான சாதாரண மனிதர்கள் வாழ்வை அமைத்துக்கொள்கிறார்கள். இது அவர்கள் சமூகத்தில் அன்றாடம் மேற்கொள்ளும் தொடர்பாடல்கள் வழியாக உருவாகின்றன. இப்படியாகப் பல்வேறு முரணான கருத்துகளை உருவாக்கும் இயங்குநிலையைப் 'பன்னிலை அறிவாக்கம்' எனச் சமூக உளவியலாளரான மோஸ்கோவிச்சி அழைத்தார்.[1] அவர் இதைச் சமூகக்குறியீடுகள் என்னும் கோட்பாடு வழியாக முன்வைத்தார். பொதுவெளியில் செயல்படும் மக்கள் வாழவும் இயங்கவும் உதவுகின்ற முரண் கருத்துகளைக் கொண்டிருக்கிறார்கள் என்பதை அவர் முன்வைத்தார். இத்தகைய அறிவாக்கம் பலவிதமான கலாச்சார, பொருளாதார, இனப் பின்புலங்களைக் கொண்ட மனிதர்கள் கூடிவாழ்வதால் நடந்தேறுகிறது.

பொதுவெளியின் சமூக உளவியல்

சமூக உயிரிகளாக இருக்கும் மனிதர்கள் சமூக ஊடாடலின்றி வாழ்தல் இயலாது. அவர்கள் இதை மனிதர்களோடும் பொருட்களோடும் பொதுவெளியில் மேற்கொள்கிறார்கள். பொதுவெளி என்பதைச் சந்திப்புகளுக்காகவும், கருத்துப் பரிமாற்றம், பண்டப்பரிமாற்றம் ஆகியவற்றிற்காகவும் பயன்படுத்தும் இடம் என எளிதில் புரிந்துகொள்ளலாம். சமூக உளவியலாளர்கள் இதை மூன்றாகப் பிரிக்கிறார்கள்: அரசியல் பொதுவெளி, பொது இடங்கள் மற்றும் உளவியல் தளம்.[2]

குடிமக்களுக்கு அவர்கள் வாழ்வதற்கான உரிமைகளைப் பகிர்ந்தளிப்பதோடு, அவர்களுக்கான கடமைகளையும் நிர்ணயிக்கும் அமைப்பாக அரசியலைப் பார்த்திட இயலும். இந்த அரசியல் தளம் சட்டங்களை இயற்றும் நடுவண், மாநிலப் பேரவைகள், நிர்வாகிகள், உரிமைமீறல்களைச் சரிசெய்யும் நீதிமன்றங்கள் ஆகியவற்றை உள்ளடக்கியதாக இருக்கிறது. குடியாட்சியின் மூன்று தூண்களாக இவை பார்க்கப்படுகின்றன. இதன் செயல்பாடுகளைச் சமூகத்தின் பொதுவெளியில் வைக்கும் நான்காவது தூணாக ஊடகத்தைச் சொல்லலாம். குடிமக்களின் வாழ்விற்கு அவசியமாக இருக்கும் இவை பொதுவெளியில் விவாதங்களில் இடம்பெறுகின்றன. இதைப் பத்திரிகை, சிறு, பெரு ஊடகங்கள் மேற்கொள்கின்றன. வாழ்வுக்கான உரிமைகளைப் பகிர்ந்தளிப்பதால் இத்தளம் முதன்மை பெறுகிறது.

---

1. Serge Moscovici, *Psychoanalysis: Its Image and Its Public*, 190.
2. Sandra Jovchelovitch, Jacqueline Priego-Hernandez, "Cognitive Polyphasia, Knowledge Encounters and Public Spheres," in *The Cambridge Handbook of Social Representations*, Godron Sammut et.al. (ed.), University Press, Cambridge, 2015, 163-178

இரண்டாவதாகப் பொது இடங்கள் இருக்கின்றன. இவை மக்கள் சந்திக்கும் இடங்கள் என்பதை எளிதில் வரையறுக்கலாம். சந்தை, டீக்கடைகள், சலூன்கள், பூங்காக்கள், கடற்கரைகள், வணிக மையங்கள் போன்றவையும், இன்றைய தொழில் நுட்பத்தால் பரந்து விரிந்திருக்கும் நிகர்நிலை தளங்களான சமூக ஊடகங்களும் இதில் அடங்கும். இத்தளத்தில் மக்கள் கருத்துகளை விவாதிக்கின்றனர். உறவு, நட்பு, மதம், அரசியல், நிறுவனம், தொழில், சாதி போன்றவற்றின் அடிப்படையில் பல குழுக்கள் இருக்கையில், அவற்றிற்குள் நிலவும் அதிகாரப் பகிர்வுக்கு ஏற்ப இப்பரிமாற்றம் நடந்தேறுகிறது.

மூன்றாவதாக உளவியல் இடம்பெறுகிறது. இது தனிமனிதர் சமூகத்தின் யதார்த்தங்களோடும் மனிதர்களோடும் நடத்தும் ஊடாடல் எனலாம். இதில், 'நான்' சார்ந்த அடையாளம், குறியீடுகள், கற்பனைகள் ஆகியவை பண்பாட்டுக்கூறுகள், சமூகப்பொருளாதாரக் கூறுகள் ஆகியவற்றோடு வினை புரிந்து உருவாகின்றன. ஒரு குழுவைச் சார்ந்திருப்பதும் இன்னொரு குழுவிலிருந்து தன்னை வேறுபடுத்திக் கொள்வதும் இத்தளத்தில் அமைகிறது. சார்பு, விலகல் என்பவை சமூக உறவாடல்களுக்கு ஏற்ப நடப்பதோடு அவற்றை அமைப்பதற்கான குறியீடுகளின் ஏற்பும் நிராகரிப்பும் நடக்கிறது.

இவ்வாறாக மூன்று பரிமாணங்களைக் கொண்டிருக்கும் பொதுவெளி ஒன்றோடொன்று தொடர்புடைய மூன்று 'தோற்றப்பாடுகளின்' கோர்வையாகப் பார்க்கப்படுகிறது. தோற்றப்பாடுகளை நிகழ்வுகள் என வேறு சொல்லில் குறிப்பிடலாம். தோற்றப்பாடு என்பதைக் காரணம்/விளைவு என்னும் அறிவாக்கத்தின் கீழ் முழுமையாகக்கொண்டுவர முடியாது. எடுத்துக்காட்டாக, சமயக் கூட்டங்களில் நடக்கும் அற்புத சுகமளித்தலைப் பங்கேற்போரின் தோற்றப்பாடுகள் எனலாம். அவற்றை உண்மை/பொய் என்னும் இரட்டை முரணுக்கு அப்பாற்பட்ட யதார்த்தங்கள் எனலாம். தோற்றப்பாடுகள் பன்மை, கண்ணோட்டம், ஊடாடல் ஆகியவற்றை உள்ளடக்கியது. பன்மையை ஒன்றிற்கும் மேற்பட்டவை என்று விளங்கிக்கொள்ளலாம். இவை மனிதர்களாகவோ, மனிதக் குழுக்களாகவோ இருக்கலாம். இவற்றின் கண்ணோட்டங்கள் மாறுபட்டவைகளாக இருக்கலாம். ஒரு நிகழ்வைப் பற்றியோ, பொருளைப் பற்றியோ ஒருவரோ அல்லது குழுவோ கொண்டிருக்கும் கண்ணோட்டங்கள் தனிமனிதருக்கும் குழுவுக்கும் ஏற்ப மாறுபடும். இவை பொதுவெளியில் சந்திக்கின்றன. ஆகப் பல கண்ணோட்டங்களைக்கொண்ட வெவ்வேறு மனிதர்களோ, குழுக்களோ சந்திக்கும் இடம்

பொதுவெளியாக இருக்கிறது. எடுத்துக்காட்டாக, 'உண்மையான இந்தியர் யார்?' என்னும் கேள்விக்கான பதிலை மதம், மொழி, பாலினம், வயது எனப் பிரித்துப் பலரிடம் கேட்டால், பல குறியீடுகளை அவர்கள் முன்வைக்கலாம். வட மற்றும் மத்திய இந்தியாவைச் சேர்ந்த மூன்றில் இரு பகுதியினர், இந்து மதத்தின் விசுவாசியாக இருந்து, இந்தி மொழி பேசி ஒரு குறிப்பிட்ட கட்சிக்கு வாக்குச் செலுத்துபவர் உண்மையான இந்தியர் எனக் கூறலாம்.[3] ஆனால் கிறிஸ்தவர்கள் அனைத்து மதத்தாரையும் மதித்து, பிரிவினைகளைத் தாண்டி தேசத்தை நேசிப்பவர்கள் உண்மையான இந்தியர்கள் எனக் கூறலாம். இவ்வாறு பல்வேறு குழுக்கள் கட்டமைத்துள்ளவை அனைத்தையும் பிரித்துப் பார்த்தால் வெளிப்படும் அனைத்தும் உண்மையான இந்தியனைப் பற்றிப் பொதுவெளியில் காணக்கிடக்கும் சமூகக் குறியீடுகளாக அடையாளம் காணலாம். ஒற்றை அடையாளம் என்பது இங்கில்லை.

சமூகக் குறியீடுகளும் பொதுவெளியும்

தன்னிலை – மற்றவை – பொருள் என்னும் மும்முனை உரையாடல்தான் சமூக உளவியலின் கட்டமைப்பாக உள்ளது. எடுத்துக்காட்டாகக் குழுவில் உறுப்பினராக இருக்கும் ஒருவர் (தன்னிலை) மற்ற உறுப்பினர்களோடு நடத்தும் உரையாடலில் 'யார் உண்மையான இந்தியன்' என்னும் பொருள் இடம் பெறுகிறது. இம்மும்முனை உரையாடலானது மேல் – கீழ் அதிகாரப் பகிர்வுகள் (அதிகாரி – தொழிலாளி, உயர்த்தப்பட்ட சாதி – தாழ்த்தப்பட்ட சாதியினர்), சமூக அமைப்புகள் ஆகிய வற்றின் அடிப்படையில் நடைபெறுவதால், உருப்பெறும் சமூகக் குறியீடுகள் ஒரே மாதிரியாக அமையாமல் வேறுபட்டவையாக அமைகின்றன. இதைப் பற்றிய விளக்கத்தை மோஸ்கோவிச்சி அவர்கள் மேற்கொண்ட ஃப்ராய்டின் 'உளப்பகுப்பாய்வு' பற்றிய ஆய்வானது தருகிறது. இதில் பரப்புரை, பிரச்சாரம், பரவலாக்கம் என மூன்றுவிதமான ஊடாடல் வகைகளைப் பற்றிக் கூறுகிறார். கத்தோலிக்கர்கள் பரப்புரையையும், கம்யூனிஸ்டுகள் பிரச்சாரத்தையும், தாராளவாதிகள் பரவலாக்கத்தையும் ஊடாடல் வகைகளாகக் கொண்டனர். இம்மூவகை ஊடாடல் வகைகளும் வெவ்வேறு விதமான சமூகக் குறியீடுகளை உருவாக்கியதோடு உளப்பகுப்பாய்வு பற்றிய அறிவுத் தொகுப்புகளைப் பொதுவெளியில் உருவாக்கியது.

இன்று இணையம் சார்ந்த சமூக ஊடகங்கள் பொருட்களைப் பற்றிய வேறுபட்ட குறியீடுகளை உருவாக்கி வருகின்றன.

---

3. . Jonathan Evans and Neha Sahgal "Key Findings about Religion in India" *Pew Research Center*, https://pewrsr.ch/3zRi0nP.

இதனால், அறிவின் கட்டமைப்புகளும் மாறியிருக்கின்றன. பொதுவெளியில் மரபுசார்ந்த பெருந்தகவல்கள் என்னும் கோட்பாடுகளைத் தாண்டி புதிய தகவல்கள் என்னும் கோட்பாடுகளும் உருப்பெற்று அதன் அடிப்படையிலான சமூகக் குறியீடுகளும் உருவாகின்றன. எடுத்துக்காட்டாக, டிவிட்டர் என்னும் சமூக ஊடகத்தில் '#' கொத்துக்குறி என்னும் குறியீடு எழுப்பும் விவாதத்தில் பெண்களுக்கெதிரான பாலியல் வன்முறையைக் குறிக்கும் *#Metoo* என்னும் கொத்துக்குறி பல்வேறு நாடுகளைச் சேர்ந்தவர்களின் பல்வேறு தரப்பட்ட குறியீடுகளைக்கொண்ட அறிவாக்கத்தை நடத்தியது.

குறியீடு உலகில் நிலவும் பன்முகத்தன்மை: பன்னிலை அறிவாக்கம்

பொதுவாகக் கல்வியாளர்களும் அறிவர்களும் 'தலைவர்களும்' அறிவுப்பூர்வமாகச் சிந்திக்கிறார்கள் என்றும் சாதாரண மனிதர்கள் அறிவுப்பூர்வமாகச் சிந்திப்பதில்லை என்றும் ஒரு புரிதல் மக்களிடையே உண்டு. மோஸ்கோவிச்சி 'உளப்பகுப்பாய்வு' மூலம் நடத்திய ஆய்வு இத்தகைய புரிதலை மறுபரிசீலனைக்கு உட்படுத்தியதோடு, சாதாரண மனிதர்கள் அன்றாட வாழ்வின் தேவைகளுக்காகச் சிந்திக்கிறார்கள், அறிவை உருவாக்கிக்கொள்கிறார்கள் என்பதை எடுத்துக்காட்டுகளுடன் நிரூபித்தது. மரபுசார்ந்த மெய்யியலில் தர்க்கச் சிந்தனை, தர்க்கமற்ற சிந்தனை என்னும் இரு தளங்கள் நிலவிய சூழலில், அத்தகைய பிரிவினையைப் புறந்தள்ளி சாதாரண மனிதர்களும் சிந்திக்கிறார்கள் என்பதை மோஸ்கோவிச்சி முன்வைத்தார். இதில், சாதாரண மக்கள் ஒற்றைத் தர்க்கவியலை அடிப்படையாகக் கொண்டு சிந்திக்காமல் ஒரே வேளையில் பல தர்க்கவியல்களைக் கொண்டு சிந்திக்கிறார்கள் என்பதை அவர் முன்வைத்தார். எடுத்துக்காட்டாக, நகர்ப்புறத்தில் உயர்கல்வி கற்கும் பெண் ஒருவர் ஆடை அணிதல் என்பது 'தனியுரிமை' என்னும் உடல் – உடை சார்ந்த தர்க்கவியலைக்கொண்டிருப்பாள். ஆனால் ஊருக்குள் வந்தபிறகு பெண்களுக்கான மரபு சார்ந்த சமூக விதிமுறைகளுக்கு ஏற்ற தர்க்கவியலையும், அத்தோடு தொடர்புடைய குடும்ப கௌரவம் என்னும் தர்க்கவியலையும் ஏற்கலாம். இவ்விரண்டு தர்க்கவியல்களும் அவளுக்குள் இருந்து செயலாற்றலாம்.

மேலும் ஊடாடல்கள் எதை நோக்கமாகக் கொண்டுள்ளதோ அதை அடிப்படையாகக் கொண்டு மாற்று அறிவாக்கலை உள்ளிழுக்கின்றன. ஒற்றைத் தர்க்கவியல் செயலிழந்து பல தர்க்கவியல்கள் பயன்பாட்டுக்கு வருகின்றன. எடுத்துக்காட்டாக

மதக்கருத்துகளைச்சொந்தக்குழுவுக்குள் தீவிரமாகமுன்னெடுக்கும் ஒருவர் பல்சமய நண்பர் வட்டத்தில் தனிமனிதச் சுதந்திரத்துக்கு அழுத்தம் கொடுத்து அனைத்து மதங்களையும் மதிக்க வேண்டும் என்று கூறலாம். இத்தகைய நிலையைப் பன்னிலை அறிவாக்கம் என்னும் சொல் வழியாக மோஸ்கோவிச்சி கருதுகோளாக வெளிப்படுத்தினார்.

பியாஜே, துர்க்கைம் ஆகியோர் முன்வைத்த குழந்தைகளின் அறிவுசார்ந்த வளர்ச்சியின் படிநிலைகளைப் பற்றி அறிந்தவராக மோஸ்கோவிச்சி இருந்தார். குழந்தைகள் ஒவ்வொரு பருவங்களின் வழியே படிப்படியாக அறிவில் முதிர்ச்சியடைந்து முழுமையை நோக்கி நகர்கின்றனர் என்றனர். சிறிதிலிருந்து பெரிது நோக்கி அல்லது முதிர்ச்சியற்ற அறிவிலிருந்து முதிர்ச்சியான அறிவை நோக்கிய வளர்ச்சியானது நேர்க்கோட்டிலான தர்க்கவியலைக் கொண்டிருந்தது. அதாவது, இதில் முதிர்ச்சியான நிலையிலிருந்து ஒருவர் முதிர்ச்சியற்ற நிலையை நோக்கிச் சறுக்கமாட்டார் என்பது தர்க்கவியலாக இருந்தது. இவ்வகை அமைப்பு சார்ந்த அறிவின் வளர்ச்சியை மோஸ்கோவிச்சியின் ஆராய்ச்சிகள் கேள்விக்குட்படுத்தியது.

பன்னிலை அறிவாக்கமானது ஒருவரை ஒன்றோ டொன்று தொடர்பில்லாத பலதரப்பட்ட கருத்துகளைப் பரிமாறிக்கொள்ளும் நிலையை நோக்கித் தள்ளலாம் எனும் கருத்தை ஆய்வுப்பூர்வமாக மார்க்கோவா கூறினார். இத்தகைய நிலையை வேற்று மொழிகளில் பேசுதல் என்னும் அர்த்தம் கொண்ட 'heteroglossia' என்னும் வார்த்தையால் விளக்கினார்.[4] எடுத்துக்காட்டாக, குறிப்பிட்ட மதத்தைச் சேர்ந்தவர் வழிபாட்டு இடத்தில் அமர்ந்திருக்கும்போது அமைதி பற்றித் தன் குழுவுக்குள் பேசிக்கொண்டிருக்கலாம், ஆனால் அவர் வெளியே செல்லும்போது, வன்முறையாளராக மாறலாம். வன்முறையைப் பிறர்மீது செலுத்துவதில் அவர் வேறு தர்க்கவியலை வைத்திருக்கலாம். இதற்குப் பின்புலத் தர்க்கவியலாகச் சொந்தக் குழுவுக்குள் தன்னிலை ஏற்பு/நிராகரிப்பு என்பது செயல்படும். அதற்காக ஒருவர் வெவ்வேறு அறிவாக்கங்களை ஒரே வேளையில் உருவாக்கி அதன் அடிப்படையில் தொடர்புகளற்ற முரணான பேச்சுக்களை முன்வைக்கலாம்.

அறிவுகளின் சந்திப்பும் பன்னிலை அறிவாக்கங்களும்

ஜோவ்செலோவிட்ச் என்னும் சமூக உளவியலாளர், பொதுவெளியில் நடக்கும் அறிவுகளின் சந்திப்புகளைப்

---

4. Ivana Markova, *Dialogicality and Social Representations: The Dynamics of Mind*, 111.

பற்றிப் பின்வருமாறு விளக்குகிறார்: 'தன்னிலை, தன்னிலை– மற்றவை, பொது ஆகியவை தத்தமது அறிவுசார்ந்த உலகை வெளிப்படுத்திக்கொள்ளும் ஒன்று அல்லது அதற்கு மேற்பட்ட குறியீடுகளைப் பொதுவெளியில் வைக்கின்றன. அத்தோடு, அவை ஒவ்வொன்றும் ஒன்றோடொன்று ஊடாடல் புரிகின்றன'[5] என்கிறார். 'உண்மை இந்தியர்' என்னும் அடையாளத்தை அடியொற்றித் தனிநபர் கொண்டிருக்கும் 'சமூகக் குறியீடு,' அவரும் இன்னொருவரும் நடத்திய உரையாடலால் வெளிப் பட்ட 'சமூகக் குறியீடு', உண்மை இந்தியரைப் பற்றிப் பொதுவாகக் காணப்படும் 'சமூகக் குறியீடு' என அனைத்தும் பொதுவெளியில் ஒன்றையொன்று சந்திக்கின்றன. இதைக் கருத்துப்பூர்வமாக 'ஒன்றோடொன்று தொடர்பற்ற பல்வேறு குறியீடுகள் சார்ந்த படிமங்கள் ஒரு புள்ளியில் சந்தித்து ஊடாடல் புரிந்து மற்றதைப் பாதிக்கிறது' என வரையறுக்கலாம். ஒரே வேளையில் ஓரிடத்தில் நடக்கும் இச்சந்திப்பு நெகிழ்வுமிக்கதாய் இருப்பதால் ஒரு சமூகக் குறியீடானது இன்னொன்றைப் பாதித்து அதன்வழியாகச் சமூக அறிவாக்கத்தை உருவாக்கிப் புதியன வற்றை உருவாக்கலாம் அல்லது ஏற்கெனவே இருப்பவற்றை மாற்றி அமைக்கலாம்.

அறிவுகளின் சந்திப்புகளைப் பற்றிய புரிதலைப் பெரிது, சிறிது என இருவேறு தளங்களில் வைத்துப் புரிந்துகொள்ளலாம். பெரிய தளத்தில் நடப்பதை இருவேறு குழுக்களுக்கிடையே நடக்கும் அறிவுகளின் சந்திப்புகளாகப் பார்க்கலாம். சிறிய அளவில் எனும்போது அது குழுவுக்குள் உறுப்பினர்களுக்கிடையே நடக்கும் ஒன்றாகப் பார்க்க முடியும். இருவேறு இனக்குழுக்கள் என்பது பெரிய அளவிலானது எனலாம்; ஒரே இனக்குழுவுக்குள் உறுப்பினர்களுக்கிடையே நடப்பதைச் சிறிய அளவிலானது எனலாம்.

பன்னிலை அறிவாக்கம் என்பது உள்ளடக்கம், நடைமுறை, உணர்ச்சிகள் என்னும் நிலைகளில் நடக்கிறது. முரணுடைய பல்வேறு கருத்துகளின் கூட்டிணைவின் போது உருவாகும் கருத்துகளை உள்ளடக்கம் என வகைப்படுத்தலாம். எடுத்துக்காட்டாக, மனநிலை பாதிப்புகளைப் பற்றிச் சமூகத்தில் மருத்துவம் சார்ந்த குறியீடுகள் இருப்பதைப் போன்று, இறந்து போனவர்களின் ஆன்மாக்கள் ஒருவரை ஆட்கொள்வதால் ஏற்படுகிறது என்பதையும் உள்ளடக்கியதாக இருக்கும்.

இரண்டாவதாக முரணுடைய நடைமுறையால் உருவாகலாம். அதாவது குறியீடுகள் கொண்டிருக்கும் தர்க்கவியல்களின்

---

5. Jovchelovitch, S., *Knowledge in Context: Representation, Community and Culture*, London, 2007.

அடிப்படையில் நிகழக்கூடியதாக இருக்கலாம். வெவ்வேறு விதமான அறிவாக்கம் சார்ந்த தர்க்கங்களால் குழுக்களோ, நபர்களோ வழிநடத்தப்படலாம். எடுத்துக்காட்டாக, ஒருவரின் இறப்பு பற்றி மதம் சார்ந்த நம்பிக்கைகளின் அடிப்படையில் தர்க்கவியல் நடைபெறும். கிறிஸ்தவ மதத்தைப் பொறுத்த வரைக்கும், ஒருவர் கடவுள் அழைப்பதால் இவ்வுலகம் விட்டுச் செல்வதாகவும், அவர் மரணத்திற்குப் பின் கடவுளுடன் வாழ்வார் என்னும் நம்பிக்கைகளின் அடிப்படையிலான தர்க்கங்களைக் கொண்டிருக்கும். அதேவேளையில் அறிவியல் பூர்வமான விளக்கங்கள் வேறுபட்டு நிற்கும். இந்து மதம் இன்னொன்றைப் பேசும்.

மூன்றாவதாகத் தனிமனித உணர்ச்சிகளும் இதில் வினையாற்றுகின்றன. பலதரப்பட்ட உணர்ச்சிகளின் குறுக்கீடுகள் தனி நபரின் அல்லது குழுவின் அறிவாக்க தர்க்கவியலின் பகுதியாக இருக்கலாம். கோபமும் வெறுப்பும் உள்ளடக்கியதாகப் புதிய சமூகக் குறியீட்டை ஒருவர் உருவாக்கலாம். இல்லை யென்றால் அது அன்பு, இரக்கம் ஆகியவற்றைக்கொண்டும் அமையலாம் (இனப்படுகொலை, சாதி வன்கொடுமை, ஆணவக் கொலை செய்தல்).

இவை மூன்றும் ஒன்றிலிருந்து மற்றொன்று பிரிக்க முடியாத படி பிணைக்கப்பட்டுள்ளன. இது அறிவாக்கச் செயல்பாட்டில் இடம்பெறுகிறது. ஆனால் பன்னிலை அறிவாக்கமானது, கருத்துகள் ஏற்கப்படுவதையும் நிராகரிக்கப்படுவதையும் வைத்து தீர்மானிக்கப்படுகிறது. ஒருவரின் கருத்து அல்லது குழுவின் கருத்து ஏற்கவும் நிராகரிக்கப்படவும் காரணமாக அதில் அடங்கியுள்ள அதிகாரக் கட்டமைப்பு முக்கியப் பங்கு வகிக்கிறது. அதிகாரி ஒருவர் முன்வைக்கும் கருத்தைக் கீழ்மட்டக் குழு ஏற்கத் தயங்கினால் அவர் அதைத் தனது அதிகாரத்தைப் பயன்படுத்தித் திணிக்கலாம். இது மரபு சார்ந்த ஒன்றாக மாறும்போது மொழி சொற்பொருள் விளக்கங்களாக, குறியீடுகளாகக் காணக்கிடக்கலாம். சாதி அமைப்பைக் கொண்ட இந்தியச் சமூகத்தில் உயர் சாதி, கீழ்ச்சாதி போன்றவை மொழியியல் குறியீடுகளோடு கலந்தவையாகக் காணலாம். இது, ஆண் சார்ந்த மொழி சொற்பொருள்கள், பெண் சொற்பொருள்கள் எனப் பரவிக் கிடக்கலாம். இதுவும் ஒருவரின் பன்னிலை அறிவாக்கத்தைப் பாதிக்கிறது. பெண் ஒருவர் சுதந்திரமாக வாழவேண்டும் என்னும் முன்னெடுப்புகளை வைக்கும்போது, மரபுசார் மொழி சொற்பொருட்களின் அடிமைத்தனம் உட்புகுந்து சிந்தனையைப் பன்னிலைக்கு எடுத்துச் செல்லலாம்.

மத நல்லிணக்கமும் தேசிய அடையாளங்களும்

2021ஆம் ஆண்டு ஜூன் மாதம் 29ஆம் தேதி பியு ஆராய்ச்சி மையம் 'இந்தியாவில் சமயங்கள்: சகிப்புத் தன்மையும் பாகுபாடும்'[6] என்னும் ஆய்வுக் கட்டுரையை வெளியிட்டது. இக்கட்டுரை இந்தியாவின் பொதுவெளியில் நிலவும் பன்னிலை அறிவாக்கத்தின் குறியீடுகளை வெளிப்படுத்தியது. அவர்கள் எடுத்த கணக்கின்படி, இந்துக்களில் மூன்றில் இரண்டு பேர் அதாவது 64 விழுக்காட்டினர் ஒருவர் உண்மையான இந்தியராக இருக்க வேண்டுமென்றால் அவர் இந்துவாக இருக்க வேண்டும் என்னும் கருத்தை வெளிப்படுத்தியிருக்கிறார்கள். இந்துக்களில் 59 விழுக்காட்டினர் இந்தி மொழி பேசுவதை இந்தியருக்கான அடையாளமாக முன்வைத்திருக்கிறார்கள். இந்தியராக இருக்க வேண்டும் என்றால் இந்துவாக இருக்க வேண்டும் என்று கூறும் இந்துக்களில் 80 விழுக்காட்டினர் ஒருவர் இந்தியராக இருக்க இந்தி பேச வேண்டும் என்றும் கூறுகிறார்கள். இதைக் கூறுபவர்களுள் 60 விழுக்காட்டினர் ஆளும் அரசியல் கட்சிக்கு ஓட்டுப் போட வேண்டியது உண்மையான இந்தியனுக்கான மூன்றாவது குறியீடாகக் கூறியிருக்கிறார்கள்.

2019ஆம் ஆண்டுக்கான தேர்தல் முடிவுகளின்படி இந்தியாவில் பத்தில் மூன்று பேர் மூன்று நிலைகளையும் ஏற்கின்றனர். இந்தியராக இருக்க இந்துவாக இருக்க வேண்டும், இந்தி மொழி பேச வேண்டும் மற்றும் அவர் ஆளும் கட்சிக்கு வாக்குச் செலுத்த வேண்டும். இது இந்தி பேசும் மாநிலங்களான வட மற்றும் மத்திய மாநிலங்களில் மிகவும் பிரபலமாக இருக்கிறது. 50 விழுக்காடு இந்துக்கள் இந்தப் பிரிவின் கீழ் வருகின்றார்கள். தெற்கில் இது வெறும் 5 விழுக்காடாக உள்ளது. இம்மூன்று நிலைப்பாடுகளையும் பெற்றிருக்கும் இந்துக்களில் 65 விழுக்காட்டினர் பல்சமயம் சார்ந்ததாக இந்தியா இருப்பது நல்லது என்றும் கூறுகிறார்கள். பல்சமயங்கள் இந்தியாவிற்கு நல்லது என்று கூறும் இவர்கள் உண்மையான இந்தியராக இருக்க ஒருவர் இந்துவாக இருக்க வேண்டும், இந்தி மொழி பேசவேண்டும், பிஜேபி கட்சிக்கு வாக்கு செலுத்த வேண்டும் எனக் கூறுவதில் எவ்வித முரணையும் காணவில்லை.

அணைப்புகளும் புறந்தள்ளல்களும் ஒரே வேளையில் நடக்கிறது எனலாம். பல்சமயத்தார் வாழ்வது இந்தியாவின் நலனுக்கு முக்கியம் என்று கூறுபவர்கள், இந்து என்னும் சொல்லை மேட்டிமையின் அடையாளமாகப் பார்க்க

6. Neha Sahgal et. al., "Religion in India: Tolerance and Segregation," *Pew Research Center*, https://pewrsr.ch/3GkqgQK.

வாய்ப்பிருக்கிறது எனப் பிரபல அரசியல் விமர்சகர் பரகல பிரபாகர் அவர்கள் கூறுகிறார்.[7] மற்ற மதத்தினர் கீழ்நிலையில் இல்லை என்றால் தங்கள் அரசியல் எடுபடாது என்பதும் இதற்குள் அடக்கம். இதைச் சார்ந்த தர்க்கவியல்களும், உணர்ச்சிகளும் இடம் பெற்று பன்னிலை அறிவாக்கத்தை அபாயகரமான முறையில் கொண்டுபோகிறது எனலாம்.

அதிக உறுப்பினர்களைக்கொண்டிருக்கும் இந்தியாவின் ஆளும் கட்சி தனது பிரச்சாரங்களை ஆக்கப்பூர்வமாக முன்னெடுக்கிறது. அதைச் சார்ந்த தலைவர்கள் பரப்புரை வழியாகப் புதிய சமூகக் குறியீடுகளை மக்கள் மத்தியில் உருவாக்குகின்றனர். மக்களும் அவற்றைத் தன்னிலை அடையாளங்களுக்கான அறிவுப் பொருளாக மாற்றுகிறார்கள். இதைப் பரப்புரைகள் மற்றும் பரவலாக்கம் செய்யப் பல நிலைகளில் தலைவர்கள் இருப்பதோடு, சிறு ஊடகங்களில் துடிப்புடன் இயங்கும் பணியாளர்களும் இருக்கிறார்கள். இச்சூழலில், பல்சமய நல்லிணக்கம், சகோதரத்துவம் பேணும் பிரச்சாரங்களும் பரப்புரைகளும் பரவலாக்கங்களும் நடக்க வேண்டியது கட்டாயமாக இருக்கிறது.

பன்முகத் தன்மையில் காணப்படும் வேறுபாடுகளை அரசியல் லாபங்களுக்காக மடைமாற்றம் செய்யும் போக்கினை அடையாளம் காண்பதோடு பன்முகத்தின் அழகைக் கொண்டாடவும் வேண்டியது காலத்தின் கட்டாயமாகும்.

---

7. Parakala Prabhakar, "Religious India, Political India & PEW Report," *Midweek Matters*19, https://youtube/KJFDNgukzx0.

எதிரிகளைக் கட்டமைத்தல்

ஏதோ ஒருவகையில் என்னைப் போன்றவர்களை 'நாங்கள்' அல்லது 'என்னுடையவர்கள்' என்றும், மற்றவர்களை 'அவர்கள்' அல்லது 'அவர்களைச் சார்ந்தவர்கள்' என்றும் பிரித்துப்பார்க்கும் மனநிலை சமூக உளவியலின் பாகமாகக் காணக்கிடக்கிறது.

1940ஆம் ஆண்டுகளில் அறிவியலிலும் கல்வியிலும் உயர்ந்த மக்களினமாக ஐரோப்பியர்கள் கருதப்பட்டார்கள். இம்மக்கள் தங்களிடையே வாழ்ந்து வந்த 60 லட்சத்திற்கும் மேற்பட்ட யூதர்களைக் கொன்றழிக்கத் துணை போனார்கள்.[1] இதில் வெகு சிலரே யூதர்களுக்கு அடைக்கலம் கொடுத்தனர். பெரும்பான்மையினர் ஹிட்லரின் வதைமுகாம்களுக்கு அவர்களை அனுப்பி வைப்பதில் தயக்கம் காட்டவில்லை. அதுவரைக்கும் நல்லுறவில் வாழ்ந்தவர்கள் எப்படித் திடீரென உடன் வாழ்பவர்களைக் கொன்றொழிக்கத் துணைபோனார்கள்? 1992ஆம் ஆண்டில்

1. இதைவிடவும் பெரிய இன அழிப்புகள் ஐரோப்பியர்களால் நிகழ்த்தப்பட்டன. யூதர்களைக் கொன்றது வரலாற்று ஏடுகளில் முக்கிய இடத்தைப் பிடித்தது. மற்றவை அதிகம் பேசப்படவில்லை. ஒருவேளை அவர்கள் இரண்டாம்தர மக்களாகவோ, விலங்குகளுக்கு ஈடான உயிர்களாகவோ பார்க்கப்பட்டிருக்கலாம். காண். அருந்ததி ராய், *வெட்டுக்கிளிகளை உற்றுக் கேட்டல்: இன அழிப்பு, மறுப்பு, கொண்டாட்டம்*, தமிழில்: மணி வேலுப்பிள்ளை, காலச்சுவடு, நாகர்கோவில், 2015.

பாபர் மசூதி இடிப்பைத் தொடர்ந்து இந்தியாவில் கலவரம் உருவானது. அதுவரைக்கும் கொடுத்தும் வாங்கியும் உறவில் வாழ்ந்தவர்களால் எப்படி ஒருவர் மற்றவரைக் கொல்ல முடிந்தது? அதுவரையிலும் இல்லாத மனித வெறுப்புக்கு மக்கள் அடிமையாகிப் போவது ஏன்? ஆட்சியாளர்களும், குழுத்தலைவர்களும் போதிப்பவற்றை மிக விரைவில் சொந்த மாக்கி அவற்றைச் சொந்த அறிவாக மாற்றி அதற்கேற்ப வக்கிரச் செயலில் ஈடுபடுவது ஏன்? அச்செயலுக்கு ஒருவரைத் தூண்டும் விதத்திலான ஏதோ ஒன்று அவருக்குள் நடக்கிறது என்று அர்த்தம்.

முரண்களை அடியொற்றி எண்ணுதல்

முரண்களின் அடிப்படையில் சிந்திப்பது மனிதரின் இயல்பாக உள்ளது.[2] கெட்டது – நல்லது, இருள் – ஒளி, கறுப்பு – வெள்ளை, தீயஆவி – வானதூதர், சாத்தான் – கடவுள், அறிவாளி – முட்டாள், ஆண்டான் – அடிமை, நல்ல மதம் – கெட்ட மதம், அமைதி – போர், உயர் சாதி – கீழ்ச்சாதி என முரண்வழியிலான சிந்தனைக் கருத்துகளின் பட்டியல் நீள்கிறது. மெய்யியல் விவாதங்களும், மத நம்பிக்கைகளும் இதனடிப்படையிலேயே மேற்கொள்ளப்பட்டன. இந்தியாவின் இதிகாசங்கள் என்று சொல்லப்படுகின்ற இராமாயணமும் மகாபாரதமும் நன்மையையும் தீமையையும் எதிரெதிர் முனைகளில் நிறுத்தி எழுதப்பட்டுள்ளன. முதல் இதிகாசத்தில் தீயவன் அரக்கனாகச் சித்திரிக்கப்படுகின்றான். இரண்டாவது இதிகாசத்தில் மோசமான நடவடிக்கைகளைக் கொண்ட ஏமாற்றுபவர்களின் கூட்டமாக எதிரிகள் சித்திரிக்கப்படுகிறார்கள். தீயவர்களை அழித்தல் தர்மம் என்பதும் வலியுறுத்தப்படுகிறது. இது வெகு சாதாரணமான சிந்தனையாகவே பார்க்கப்படுகிறது. காரணம், தனிமனித எண்ண ஓட்டங்கள் முரண்களை முன்வைத்து நடத்தப்படுவதால் அது பிரிவினையை ஊக்குவிக்கிறது. இது முரண்களை, பிரிவினைகளை அடியொற்றி எண்ணுதல் அல்லது எதிரெதிர்க் கோணம் சார்ந்து எண்ணுதல் என அழைக்கப்படுகிறது.

இத்தகைய எண்ண ஓட்டம் மனிதருக்கு வாய்த்திருப்பத னுடைய மிகத் துல்லியமான வெளிப்பாடாகப் பெருவாரியான சினிமாக்களைக் கூறலாம். நல்லவருக்கும் கெட்டவருக்கும் இடையேயான போராட்டம் நடக்கும் கதைக்களங்களை உருவாக்கி, அதில் நல்லவர் தீயவரை அழிப்பதாகக் கதைச் சித்திரிப்பு நடக்கிறது. பல படங்கள் கறுப்பாக, அருவருப்பாக

---

2. Ivana Markova, *Dialogicality and Social Representations: The Dynamics of Mind*. இந்நூலின் இரண்டாவது அலகு, “Thinking and Antinomies” – பற்றிப் பேசுகிறது.

இருப்பவர்களைத் தீயவர்களாகச் சித்திரித்தன. நல்லவர்கள் அழகாக இருப்பவர்களாகக் காட்டப்பட்டார்கள்.

இத்தகைய முரண்களை அடியொற்றிய சிந்தனைகளும் பேச்சுக்களும் நம்முடைய அன்றாட வாழ்விலும் காணப்படு கின்றன. பெற்றோர் பிள்ளைகளைப் பள்ளிக்கூடங்களுக்கும் வெளியிடங்களுக்கும் அனுப்பி வைக்கும்போது நல்லவர் – தீயவர் என்னும் முரண் அடிப்படையிலான போதனைகளை வழங்குகிறார்கள். பின்நவீனத்துவக் காலத்திற்கு முந்தைய காலம் வரை பெரும்பான்மையான மெய்யியல்கள் இதையே வலியுறுத்தி வந்துள்ளன. குழந்தைகளும் ஒன்றை மற்றொன்றோடு ஒப்புமைப்படுத்திக் கற்றுக்கொள்ளும் இயல்பைப் பெற்றிருக் கின்றன என்பதைப் பியாஜே போன்ற உளவியலாளர்கள் முன்வைக்கின்றனர். பிள்ளைகளை அத்தகைய மனநிலையில் வளர்த்தெடுப்பதில் பெற்றோர், ஆசிரியர் ஆகியோர் பெரும் பங்கு வகிக்கிறார்கள். இதன் அடிப்படையில் 'நாங்கள்' 'அவர்கள்' எனும் பாகப்பிரிவினை அமைதியாக நடந்தேறுகிறது. ஏதோ ஒரு வகையில் என்னைப் போன்றவர்களை 'நாங்கள்' அல்லது 'என்னுடையவர்கள்' என்றும், அத்தோடு சேர்ந்து போகாதவர்களை 'அவர்கள்' அல்லது 'அவர்களைச் சார்ந்தவர்கள்' என்றும் பிரித்துப்பார்க்கும் மனநிலை சமூக உளவியலின் பாகமாகக் காணக்கிடக்கிறது.

'நாங்கள்', 'அவர்கள்' என்னும் அணிதிரளல்

முரண்பட்ட முறையில் சிந்திக்கும் மனிதர்களுக்கு வித்தியாசங்களை ஏற்பது கடினமானது. பொதுவாகவே வித்தியாசமாக இருப்பவற்றை அணுகவும் அவற்றை மதிக்கவும் மனிதர்கள் தயக்கம் காட்டுகிறார்கள். தங்களுக்குப் பழகிப் போனவற்றோடும் வாழ்ந்துகொண்டிருக்கும் சூழல்களோடும் இயல்பாக இருப்பது சிக்கல்களின்றி நடக்கிறது. சந்தைக்கு வரும் நவீன ஆடையை அணியும் பெண்ணைத் தொடக்கத்தில் பல வித்தியாசமான கோணங்களில் பார்ப்பது வழக்கம். அப்பெண்ணின் நல்லொழுக்கம், குடும்பப் பின்புலம் போன்றவற்றின் மீது தாக்குதல்கள் நடத்தும் வாய்ப்புகளும் உள்ளன. வித்தியாசமான அழகியல் கண்ணோட்டங்களுடன் இன்றைய இளந்தலைமுறையினர் பிரபலங்களின் சிகை அலங்காரத்தை ஏற்கின்றனர். இதனடிப்படையில் அவர்களை நல்லவர்கள் தீயவர்கள் என்று பார்க்கும் போக்கும் சமூக உளவியலின் பகுதியாக உள்ளது. ஒரே சீருடை அணிந்து கல்லூரிகளுக்குச் செல்லும் மாணவர்களிடையே சாதி, மத, மொழி, அழகு, நிறம் சார்ந்த அணி சேர்தல்களுடன் அணிந்திருக்கும்

ஏற்புடைய வாழ்வுக்கான போராட்டம்

ஆடைகள், பெல்ட், காலணி ஆகியற்றின் தரத்திற்கு ஏற்ப பணக்காரர், ஏழையர் என ஏற்றத்தாழ்வுகளுடன் கூடிய அணித்திரளல் நடைபெறுகிறது.

இப்படித் தனிமனித வித்தியாசங்களே மனிதரை எதிரணியில் நிறுத்தும் சூழலில் குழு சார்ந்த வித்தியாசங்கள் இதனினும் அதிக வீச்சுடன் செயல்பட்டு எதிரணிக் குழுக்களை உருவாக்கும் நிலை நிலவுகிறது. அணி திரட்டலானது மதம் சார்ந்த முறையில் வழிபாடுகள், ஆடைகள், நல்லொழுக்கம் சார்ந்த போதனைகள் ஆகியவற்றின் அடிப்படையில் சுலபமாக நடக்கிறது. மேலும் இது மொழி, இனம், சாதி, வர்க்கம் என விரிவடைகிறது.

சமூகத்தில் வாழும் மனிதர் ஓர் அமைப்பையோ, குழுவையோ மட்டும் சார்ந்தவராக ஒற்றை அடையாளத்துடன் வாழ்வதில்லை. அதனால், மதத்தின் பெயரால் ‘அவர்கள்’ என எதிரணியில் நிறுத்தப்படுவோர் மொழி சார்ந்தோ, சாதி சார்ந்தோ ‘நாங்கள்’ என்னும் அணிக்குள் சேர்க்கப்படலாம். அணிசேர்தல் பன்முகத் தன்மையைக் கொண்டது. எடுத்துக் காட்டாக, ஒரே சாதியைச் சார்ந்த ஒரே மதத்தினர் ஒரே மொழியினர் என்னும் முப்பரிமாண அடையாளங்களைக் கொண்ட ‘நாங்கள்’ என்னும் குழுக்களும் அங்கே உருவாக லாம். ஆகையால் ‘நாங்கள்’, ‘அவர்கள்’ என்னும் அணிதிரளலை ஒற்றை அடையாளங்களுக்குள் ஒதுக்க முடியாது.

சார்ந்திருக்கும் குழுவில் பற்றுறுதியும் எதிரிகளைக் கட்டமைத்தலும்

சமூகத்தில் எதிரிகளைக் கட்டமைத்தல் சாத்தியம் என்பது வரலாறு உணர்த்தும் உண்மை. அமைப்பு, அதிகாரம் சார்ந்த முன்னெடுப்புகள் மூலம் இது பலவேளைகளில் நடைமுறைப்படுத்தப்படுகிறது. அறிவுசார் ஆயுதங்கள் மூலமாக முன்னெடுக்கப்படும் இச்செயற்பாடானது முழுமைவாதங் களை முன்வைக்கிறது. சொந்தக் குழுவின் பெருமையை ஈடிணையற்ற முறையில் புகழ்ந்து கூறுவதோடு, மற்ற குழுக்களை இழித்துரைத்து அவை தீயதெனச் சித்திரிக்கிறது. இதை இருபொருள் சிந்தனை என்னும் சொல்லால் குறிப்பிடலாம்.

இதை முன்னெடுக்கும் குழுக்களின் தலைவர்கள் குழுப் பெருமையைப் பறைசாற்றும் வரலாற்றுத் தரவுகளைத் தேடி அதைப் பரப்புவதில் கவனம் கொள்கிறார்கள். சார்புகளற்ற யதார்த்தமான வரலாற்று வாசகங்களையும் விளக்கங்களையும் விரும்பாத இவர்கள், அத்தகைய பதிவுகளை மேற்கொள்ளும்

ஆசிரியர்களின் நூல்களைத் தவிர்க்கவோ அல்லது அதிலிருந்து தங்கள் நிலைப்பாடுகளுக்கு வலுசேர்க்கும் பதிவுகளை மட்டும் தேர்ந்தெடுக்கவோ செய்கின்றனர். தேர்ந்தெடுக்கப்பட்ட தரவுகளின் உதவியுடன் பரப்புரைகளை மேற்கொள்ளும் அவர்கள், அதில் திரிபுகளையும் உட்புகுத்தலையும் தேவைக் கேற்றபடி மேற்கொள்கின்றனர். அவை நூல்களாகவும் வெளிவருவது உண்டு. நாசி அரசை உருவாக்கும் நோக்கத்துடன் 'எனது போராட்டம்' என்னும் தலைப்பில் ஹிட்லர் வெளியிட்ட நூலை இதற்கான எடுத்துக்காட்டாகக் கூறலாம். இதை மாதிரியாகக்கொண்டு இந்தியாவிலும் நூல் வெளியிடப்பட்டது.[3] இந்நூல் 'உண்மையான' இந்தியாவைக் கட்டமைப்பதற்கான முயற்சியாக இருந்தது. ஹிட்லரின் நூலை வாசித்தோர் யூதர்கள் கண்டிப்பாக அழிக்கப்பட வேண்டும் என்னும் உறுதிப்பாட்டில் வேரூன்றினர். இத்தகைய நூல்களில் சேர்க்கப் படும் தகவல்கள் இனம், மொழி, மதம், தேசியம் ஆகியவற்றை ஒற்றை அடையாளத்தில் முன் நிறுத்துவதில் கவனம் செலுத்துவ தோடு எதிரியைப் பற்றிய மிகைப்படுத்தல்களையும் பதிவேற்று கின்றன. அத்தோடு, மீட்டெடுக்கப்பட வேண்டிய பழமையைப் பற்றியதும், கட்டியெழுப்பப்பட வேண்டிய புதிய நாட்டையும் சமூகத்தையும் பற்றிய வாக்குறுதிகளையும் முன்நிறுத்துகின்றன. அமைதியான சமத்துவமிக்க நல்லுறவு சார்ந்த செழிப்புமிக்க பழமையான அல்லது புது உலகைப் பற்றிய புரிதலை அந்நூல்கள் தெளிவாக முன்வைப்பதில்லை. குழுப்பெருமையை முன்னிறுத்துவதோடு எதிரிகளைத் துல்லியமாக அடையாளப் படுத்துவதிலும் அவை கவனம் செலுத்துகின்றன. இவை இரண்டும் நோக்கத்தை நிறைவேற்றுவதற்கான உத்வேகத்தைக் குழுக்களில் பாய்ச்சப் போதுமானதாக இருக்கின்றன.

ஒற்றைக் கருத்து, ஒற்றைச் சிந்தனை, ஒற்றை அடையாளம் ஆகியவை முன்வைக்கப்படுவதோடு, அதற்கான உடை, அலங்காரம், விழாக்கள், குறியீடுகள் ஆகியவையும் ஊக்குவிக்கப் படுகின்றன. இவ்வடையாளங்கள் மீட்டெடுக்கப்பட அல்லது கட்டியெழுப்பப்பட வேண்டிய நல்லுலகின் பிம்பங்களாகப் பரப்பிவிடப்படுகின்றன. இவைகளுக்குள் அடங்கியிருக்கும் கருத்துகள் தலைமைக் குழுக்களின் வழிநடத்துதலுடன் சிறு குழுக்களில் விவாதிக்கப்படுகின்றன. விவாதங்களில் தங்கள் குழுவோடு தொடர்புடைய தேர்ந்தெடுக்கப்பட்ட சமகால நிகழ்வுகள் கண்டிப்பாக இடம்பெறுகின்றன. குழுக்களுக்குள் தங்களைச் சார்ந்தவர்களின் வெற்றிகளைப் பற்றிய மிகைப்படுத்தல் நடைபெறுகிறது.

---

3. M.S. Golwalkar, *We or Our Nationhood Defined*, Bharat Publications, Nagpur, 1939.

உயர்மட்டங்களிலும் குழுக்களிலும் உற்பத்தி செய்யப்படும் 'அறிவை'[4] கீழ்க்குழு உட்பட பல்வேறு மட்டங்களிலான குழுக்கள், பணியாளர்கள், தொண்டர் படை எனக் கடைக்கோடி வரைக்கும் எட்டச்செய்வதில் கவனம் செலுத்தப்படுகிறது. வெவ்வேறு நிலைகளில் இவ்வறிவை ஏற்றுக் கொள்பவர்களுள் பெரும்பான்மையினர் முழுமையான பற்றுறுதியை வெளிப்படுத்துபவர்களாக மாறிவிடுகிறார்கள். மேலிடத்தின் கருத்துகளுக்கு முழுமையாக ஒத்துப்போகிறார்கள். ஆனால் பெரும்பான்மையினர் உறுப்பினர்களாக உள்ள பொது வெளியில் அத்தகைய சூழல்கள் நிலவுவதில்லை. பொதுவெளியில் உள்ளவர்களைத் துண்டாடி வசப்படுத்துவது அவசியமாக இருக்கிறது. ஆகையால் அம்மக்களைத் தங்களுடையவர்களாக மாற்றும் சூழலுக்கான வெவ்வேறு வழிமுறைகள் கையாளப் படுகின்றன. சில காலகட்டத்தில் அது அதிகாரத்தின் இரும்புக் கரத்தால் சாத்தியமாவதையும் நாம் காணலாம். இதற்கு எடுத்துக்காட்டாக ஜெர்மனியின் நாசி அரசைச் சுட்டலாம். ஆனால் அதுவும் தனது கருத்துகளை மக்களிடையே பரப்ப வேண்டிய அவசியத்தில் இருந்தது. இது பரவலாக்கம் என்று சமூக உளவியலில் அழைக்கப்படுகிறது.

கருத்துகளைப் பரவலாக்குதல்

குழுக்களும் அமைப்புகளும் தங்களுடைய கருத்துகளை மக்கள் மத்தியில் பரவலாக்கம் செய்யவேண்டியுள்ளது. கருத்தொன்றை மக்கள் மத்தியில் புழங்கும் பேசுபொருளாகப் பல சமூகக்குறியீடுகளின் வழியாகக்கொண்டு வருதலைப் பரவலாக்கம் எனப் புரிந்துகொள்ளலாம்.

எதிரிகளைக் கட்டமைக்கும்போதும், அதைத் தீவிரப்படுத்தும்போதும் அதில் வேறொரு இயங்குநிலை பயன்படுத்தப்படுகிறது. முன்வைக்கப்படும் கருத்துகளை விவாதங்களாக மாற்றாமல் தகவல்களைத் திரிபுகளுடனும் புகுத்தல்களுடனும் மக்களுக்கு விளம்புவதில் கவனம் கொள்ளப்படுகிறது. 'சரியா?' 'தவறா?' என்று மட்டும் தீர்மானிக்கும் சுதந்திரத்தை மக்களுக்கு அளிக்கும் நிலையை உருவாக்குகிறார்கள். 'சரி' என்போர் ஒரு வட்டத்திற்குள்ளும் 'தவறு' என்போர் மறு வட்டத்திற்குள்ளும் திரட்டப்படுகின்றனர். மக்களிடம் கேள்வி எழுப்பி அவர்களிடமிருந்து ஒப்புதல் பெறும் தந்திரத்தை அரசியல் தலைவர்களின் உரைகளில் நாம் கண்கூடாகப் பார்த்திட

---

4. இந்நூலின், இரண்டாவது கட்டுரை மேல்மட்டங்களில் நடத்தப்படும் அறிவாக்கம் பற்றியும் அது கீழ்மட்டத்தில் மக்களிடையே வந்தடைவதைப் பற்றியும் பேசுகிறது.

இயலும். ஹிட்லர் 'ஆரிய இனத்தின் தூய்மையைக் கெடுக்கும் யூதர்களை வாழவிடுதல் சரியா?' எனக் கேள்வி எழுப்பும்போது, 'தவறு, தவறு' என மக்கள் கத்துவதும், 'அவர்களை நாம் அழிப்பது தவறா?' எனும் அடுத்த கேள்விக்கு 'இல்லை, இல்லை' எனப் பதில் அளிப்பதும் நடந்தேறியது. இந்தியாவின் சில நிகழ்வுகளும் இதற்கு விதிவிலக்கல்ல. அதிகாரத்தில் இருப்பவர்கள் இன அழிப்பை முன்னெடுப்பவர்களாக இருந்தால் இத்தகைய வித்தை எளிதில் செல்லுபடியாகிறது. இன்று நாம் அன்றாடம் கவனித்தும் கவனிக்காமலும் செல்லும் ஒரு நிகழ்வைப் பரவலாக்கத்திற்கான எடுத்துக்காட்டாக முன்வைக்கலாம்.

அன்றாடம் வெவ்வேறு தொலைக்காட்சி அலைவரிசைகள் நடத்தும் விவாதங்களை நம்முள் பலர் விரும்பிப் பார்ப்பவர்களாக இருக்கலாம், அல்லது வெறுத்து ஒதுக்குபவர்களாக இருக்கலாம். அவற்றுள் பெரும்பான்மையானவை மக்களைச் 'சரியா' 'தவறா' என்னும் கேள்விக்கு 'டிக்' அடிக்கும் நிலைக்குத் தள்ளிவிடுகின்றன. 'சரி' என்போர் ஓரணியிலும், தவறு என்போர் 'எதிரணியிலும்' திரட்டப்படுகின்றனர். அதேவேளை சரியும் தவறுமான கருத்து களை மக்கள் மத்தியில் புழக்கத்திற்குக்கொண்டு வருவதில் அவை வெற்றியும் காண்கின்றன. ஒற்றைக் கருத்தை முன்வைத்து 'சரியா' 'தவறா' என்ற கோணங்களில் விவாதங்கள் பயணிக்க வேண்டும் என்பதில் நெறியாளர் கவனமாக இருப்பதுண்டு. சமூக, பொருளாதார, வாழ்வியல் சார்ந்த பெரும் சிக்கல்கள் நிறைந்த கருத்துகள் சின்னாபின்னமாக்கப்பட்டு, துண்டுகளாக விவாதிக்கப்பட்டு குறிப்பிட்ட கருத்து 'தவறு' அல்லது 'சரி' என்னும் ஒற்றைச் சொல்லில் சுருக்கும் தளங்களாக அவை மாறுகின்றன. விவாதத்தில் பங்கேற்போர், அவர்கள் சார்ந்திருக்கும் குழுக்களின் அடிப்படையில் சரிகளையும் தவறுகளையும் விளம்பும்போது, பார்வையாளர்களும் அதற்கேற்ப சரிகளையும் தவறுகளையும் சொந்தமாக்குகிறார்கள். பார்வையாளர்கள் இருவேறு குழுக்களாகப் பிரிக்கப்படுகிறார்கள்.

எடுத்துக்காட்டாக, 'கிறிஸ்தவர்கள் இந்தியாவில் மக்களை மதமாற்றம் செய்ய வந்தார்கள் என்று 'குறிப்பிட்ட' அரசியல் தலைவர் கூறியது சரியா, தவறா?' என்னும் விவாதப்பொருள் முன்வைக்கப்படும்போது, 'இல்லை,' 'ஆம்' என்ற பதில்களைத் தாண்டி கிறித்தவர்களின் வருகையால் ஏற்பட்ட மாற்றங்கள், வளர்ச்சிகள், தாக்கங்கள், பின்னடைவுகள் என்பனவற்றை அலசும் ஆரோக்கியமான விவாதமாக அது பெரும்பாலும் மாறுவதில்லை. அதில் வரலாற்றுப் புலமையும் நுண்மதியும் உடையோர் பங்கேற்க அனுமதிக்கப்படுவதில்லை, அழைக்கப் பட்டாலும் வரத் தயங்குகிறார்கள். பார்வையாளர்களை

ஏற்புடைய வாழ்வுக்கான போராட்டம்

அணிகளாகப் பிரிப்பதன் வழியாகத் தங்கள் தரவரிசையை உயர்த்த முடியும் என்பதை அறிந்திருக்கும் ஊடகங்களும் பிளவுகளை உருவாக்கும் முறையில் பேசுபவர்களைக் கருத்துரையாளர்களாகத் தேர்வு செய்யும் போக்கும் காணப்படுகிறது.

பிரித்தாளும் சூழ்ச்சியைத் தத்ரூபமாகக் கையாளத் தெரிந்தவர்கள் பெரும்பாலும் விவாதங்களில் பங்கேற்கிறார்கள் என்பதே வளர்ச்சியடைந்ததாக மார்தட்டிக்கொள்ளும் சமூகம் எதிர்கொள்ளும் பெரும் சோகமாக உள்ளது. விவாதங்களின் போது எதிரியை வீழ்த்தத் தனிமனித நல்லொழுக்கங்களையும் குடும்பங்களையும் உள்ளிழுத்து விவாதிக்கும் 'தர்க்க வழு' நடந்தேறுவது பங்கேற்போர் தர்க்கவியலின் அரிச்சுவடிகளைக் கூடக் கற்றுத் தெளியவில்லை என்பதையே உணர்த்துகிறது. சில குழுக்கள் தனிமனிதத் தாக்குதல்களைக் குழுவுக்கு எதிரான தாக்குதல்களாகக் கட்டமைப்பதில் வெற்றி காண்கின்றன. இதன் வழியாக இனப்பெருமை, இனப்பழமை, வஞ்சனையின் கதைகள், எதிரிகளின் கடந்தகால வன்முறை, பழி தீர்ப்பதன் அவசியம், வளமான எதிர்காலம் போன்றவை பேச்சுக்களில் உலா வந்து நனவு மனத்தில் சில காலம் தங்கி நனவிலி மனத்தில் பதிகின்றன. இதன் வழியாகக் கருத்தியலை மக்கள் மத்தியில் விதைத்துத் தங்களுக்கென ஆதரவாளர்களையும் எதிரிகளையும் அணிசேர்க்கும் செயலானது மேற்கொள்ளப்படுகிறது. இப்படிப் பரவலாக்கப்படுபவற்றைக் கலவரங்களாகவும், இன அழிப்புகளாகவும் உருமாற்றிட சின்னச்சின்ன உசுப்பு வார்த்தைகளே போதுமானவையாகப் பின்னாளில் மாறுகின்றன.

வெடிக்கக் காத்திருக்கும் எரிமலைகள்

பரவலாக்கம் என்பது ஊன்றப்படும் விதைகள். அது மக்களைக் கருத்தியல் முறையில் துண்டாடுவதில் பெருமளவில் வெற்றி காண்கிறது. 'சரி,' 'தவறு' என *Tick* போடக் கற்றிருக்கும் சமூகம் உருவாக்கப்பட்டுத் தங்களது அமைப்புக்கோ, குழுவுக்கோ சாதகமான போராளிகளையும் சாதகமற்ற எதிரிகளையும் உருவாக்குவதில் அவை வெற்றி காண்கின்றன. இவை அறுவடைக்கான காலமாகக் காத்துக் கிடக்கின்றன. சமூகத்தில் ஏற்படும் சிக்கலுக்குரிய சிறு சலனம்கூடப் பெரும் விளைவுகளை ஏற்படுத்திவிடுகிறது. அவ்வேளையில் உருவாக்கப்படும் கொந்தளிப்புகள் மடைமாற்றம் செய்யப்படுகின்றன. இன அழிப்பை அரங்கேற்ற அவ்வேளையில் வேறு புரட்சிகரமான போதனைகளோ, பெரும் ஆயுதப்படைகளோ அவசியம் இல்லாமல் போய்விடுகிறது. இந்தியாவில் 1992ஆம் ஆண்டு நடத்தப்பட்ட கலவரங்கள் பாபர் மசூதி இடிப்பை ஒட்டியதாக

அமைந்தது. அதுவரைக்கும் குழுக்களில் விவாதிக்கப்பட்டுப் புறமனங்களிலும் உள்மனங்களிலும் உறைந்து கிடந்தவை எல்லாம் அன்றைய தினம் வெளிவந்தன. அதுவரைக்கும் எதிரிகளாக எண்ண ஓட்டங்களில் கருதப்பட்டவர்களும் நினைவுகளில் பரந்து கிடந்தவர்களும் நேருக்கு நேர் நின்று ஆயுதம் ஏந்திப் போர் தொடுத்தார்கள். 'அவள்/ன் எதிரி', 'அவளை/னை அழிப்பதன் மூலம் உன் எதிர்காலம் சுபிட்சமாகும்' என்னும் 'அறிவுகள்' அவர்களுடைய செயல்களுக்கு நியாயம் சேர்த்தன. மனித இனம் தோன்றிய காலம் முதல் குழுக்களாக இயங்கியும் எதிரிகளை அழித்தும் வாழ்ந்த மனிதர்களின் அவ்வியல்புகள் வெளிப்பட்டுக் கொல்வதில் ஆனந்தம் காண ஆரம்பிப்பதைப் பார்க்க முடியும். அதிகாரிகளும், அமைப்புகளும் அவற்றின் வழியாகத் தங்கள் நோக்கங்களை அடைந்துகொண்டும் இருக்கிறார்கள். இவைகள் வளர்ச்சியடைந்த சமூகங்களிலும் நடந்தேறும் என்பதற்குச் சமகால நிகழ்வுகளையும் கூறலாம். ஐஎஸ்ஐஎஸ் என்னும் தீவிரவாதக் குழுவில் ஐரோப்பியாவி லிருந்தும் இந்தியாவிலிருந்தும் 21ஆம் நூற்றாண்டைய மில்லேனியல்ஸ் பலர் 2015, 2016 ஆண்டுகளில் இணைந்தார்கள் என்பதை மறக்க இயலாது. ஆனால் இத்தகைய அழிவுகளைப் பொது மனசாட்சி எப்போதும் ஏற்றதில்லை. மனிதரின் மனங்களில் உறைந்து கிடக்கும் வெள்ளை கருப்பு எண்ண ஓட்டங்களை மாற்றுதல் அவசியம். அத்தோடு, சொந்த அணி, எதிரணி கட்டமைத்தலின் அரசியலைப் புறந்தள்ளுதலும் அவசியம். அதற்காகப் பொதுநலன் சார்ந்த மனித உரிமைகள், சுதந்திரம் சார்ந்த விவாதங்கள் முன்னெடுத்துச் செல்லப்படுதல் அவசியம்.

பொதுநலன் சார்ந்த பொதுவெளி விவாதம்

இரண்டாம் உலகப்போர் முடிவடைந்த தருணத்தில் மனிதர்களைக் கொல்லும் போக்கு நிறுத்தப்பட வேண்டும் என்னும் நோக்குடன் 1948ஆம் ஆண்டு ஐ.நாவின் பொதுக் கூட்டத்தில் 'உலகளாவிய மனித உரிமைப் பிரகடனம்' நிறைவேற்றப்பட்டது. "இனம், நிறம், பால், மொழி, மதம், அரசியல் அல்லது வேறு கருத்துகள் உடையோர், தேசிய அல்லது சமூகத் தோற்றம், அதிகார வரம்பு, பிறப்பு அல்லது பிற அந்தஸ்து என்பன போன்ற எத்தகைய வேறுபாடுகளுமின்றி இப்பிரகடனத்தில் தரப்பட்டுள்ள எல்லா உரிமைகளுக்கும் சுதந்திரங்களுக்கும் எல்லோரும் உரிமையுடையவராவர்" என்பது இதன் இரண்டாவது உட்பிரிவில் கூறப்பட்டுள்ளது. இப்பிரகடனத்தில் அடங்கியுள்ள கருத்துகள், மக்கள் அனைவரையும் சமமாகப் பாவிக்கும் நிலையை நோக்கி இட்டுச் சென்றது. அதற்காகப் பலதரப்பட்ட அமைப்புகள் உருவாக்கப்பட்டன. சமூகம் பிளவுபடுவதைப்

போக்க இவை பெருமளவில் துணைநின்றன எனலாம். மனித இன வரலாற்றில் மிகவும் அமைதியான காலகட்டமாக 20ஆம் நூற்றாண்டின் பிற்பாதி மாறியது.[5] முரண்களைக் கடந்த மனித நேயம் பொதுவெளியில் விவாதமானதே இதற்குக் காரணம். அவை இன்று கைநழுவிப் போய்விடுமோ என்னும் சந்தேகங்கள் எழ ஆரம்பித்திருக்கின்றன. தற்காப்புவாதம் அதன் பகுதியான பழமைவாதம் போன்றவை தலைதூக்கி சுதந்திரம், சமத்துவம், மனித உரிமைகள் போன்றவற்றைப் புறந்தள்ளும்போக்கு பரவலாகக் காணப்படுகிறது. இங்கிலாந்தின் பிரெக்ஸிட், அமெரிக்காவின் டிரெம்ப் அணிகளின் கேபிடல் (Capitol) ஆக்கிரமிப்பு, இந்தியாவில் இருபதாம் நூற்றாண்டின் இறுதி யிலும் இருபத்தொன்றாம் நூற்றாண்டின் தொடக்கத்திலும் முளைத்திருக்கும் பிரிவினைவாதங்களும் அரசியல் முன்னெடுப்பு களும் துண்டாடல்களும் இதன் பகுதிகளாக உள்ளன.

இருபதாம் நூற்றாண்டின் பிற்பாதியில் முன்னெடுக்கப் பட்டதைப் போன்ற சுதந்திரம், சமத்துவம் மனித உரிமைகள் ஆகிய கருத்துகள் மீண்டும் பிரதானப்பட்ட விவாதப்பொருள்களாக மாறி மக்களிடையே பேசப்பட வேண்டியது காலத்தின் கட்டாயமாக இருக்கிறது. அதற்கு ஊடகங்கள் துணை நின்று விவாதங்களில் அறிஞர்கள் பங்கேற்கும் நிலைகள் ஊக்குவிக்கப்பட வேண்டும். இத்தகைய விவாதங்கள் குழுக்களின் அடையாளங் களை அழிக்காமல் அவற்றைப் பாதுகாப்பதில் கவனம் வைத்தல் அவசியமாக இருக்கிறது. அடையாளங்கள் பேணப்படுவதோடு சமத்துவம் போதிக்கும் தளங்களாக அவை மாறிவிட வேண்டும். அதைப் பார்க்கும் பொதுமக்களும் அதற்கேற்ற பதிவுகளைச் சமூக வலைத்தளங்களில் பதிவேற்றம் செய்யும் நிலை உருவாகும்.

---

5. Yuval Noah Harari, *Sapiens: A Brief History of Humankind*, Vintage Books, London, 2011, 424.

பெண்மை, தாய்மை, விடுதலைக்கான தாகம்

"குழந்தைகள் வேண்டாம் எனத் தீர்மானிப்பது தன்னலத்தின் வெளிப்பாடு. உயிர்கள் பல்கும் போது, வாழ்வு இளமையாகிறது, ஆற்றலுறுகிறது. வாழ்வு செழிக்குமே ஒழிய இழப்பென ஏதும் இல்லை."[1]

– திருத்தந்தை பிரான்சிஸ்

மலையாள மொழியில் வெளிவந்த 'சாராஸ்' திரைப்படம் திருமணமான பெண்களின் சுதந்திரம் என்னும் கருத்தை முதன்மையாக்கிப் பேசி இருக்கிறது. குழந்தைப்பேறு பெண்ணின் 'முழுமைக்கு' அடையாளம், குழந்தை வளர்ப்பு பெண்களின் பொறுப்பு போன்ற பல சமூக விதிமுறைகளைக் கேள்விக்குள்ளாக்கி, பெண்களின் கனவுவாழ்வைத் தடுக்கும் சமூக விதிமுறைகள், திட்டமிடாத கருத்தரிப்பால் வரும் பின்விளைவுகள், சமூகத்திற்குப் பாரமாகும் பொறுப்பற்ற பெற்றோரால் வளர்க்கப்படும் குழந்தைகள் என்பன போன்ற துணைக்கருத்துகளையும் அப்படம் பேசியிருக்கிறது. மைய மற்றும் துணைக்கருத்துகள் இறுதியில் கருக்கலைப்பு என்னும் ஒற்றைப் புள்ளியில் குவிக்கப்படுவதால் திரைப்படம் சமூக வலைத்தளங்களில் பெரும் விவாதப் பொருளாயிற்று. உலக அளவில், முகநூலுக்கு அடுத்ததாக அதிகம் உறுப்பினர்களைக் கொண்டிருக்கும் YouTubeஇல் வெளிவந்த 'சாராஸ்'

---

1. Original Quote: "The choice to not have children is selfish. Life rejuvenates and acquires energy when it multiplies: It is enriched, not impoverished." General Audience, 11.02.2015 at St. Peter's Square, Rome. See https://bit.ly/3KH6Qbh.

திரைப்பட விமர்சனம் குறித்த காணொளி ஒன்றின் கருத்துப் பெட்டிக்குள் பதிவிடப்பட்ட 765 கருத்துகள் இக்கட்டுரையில் ஆய்வுக்கென எடுக்கப்பட்டுள்ளது.

சமூக வாழ்வில் கற்பனைகள்

கற்பனை என்பதை மனம் உருவாக்கிக்கொள்ளும் உருவம் அல்லது மொழி சார்ந்த நிழலுருக்களாகக் கருதலாம். அவை, உறவு, சமூக வாழ்வு, எதிர்காலம், பொருளாதாரம் எனப் பலவற்றின் அடிப்படையில் அமையலாம். பெண் ஒருவர் தனது சுதந்திரத்தைப் பற்றிய நிழலுருக்களாக உயரமாகப் பறக்கும் பறவை, உடல் அமைப்பு, அலங்காரம், கருத்து, தீர்மானச் சுதந்திரம் சார்ந்த பலவற்றைக்கொண்டிருக்கலாம். எதிர்காலத்தைப் பற்றியதாக மட்டுமின்றி புராணக் கதைகள், கடந்தகால நினைவுகள், நிறைவேறாத ஆசைகள், நாட்டார் வழக்காற்றுக் குறியீடுகள் போன்றவற்றை உள்ளடக்கிய கலவையாகக்கூட அவை இருக்கலாம்.

கஸ்தோரியாதிஸ் என்னும் சமூகவியலாளர்[2] தனிப்பட்ட, கூட்டான நிழலுருக்களைப் பற்றிக் குறிப்பிடுகிறார். தனிமனிதர்களின் கற்பனை நதி போன்றது. அது நிற்காமல் நிழலுருக்களாக மூளைக்குள் உருவாகிக்கொண்டிருக்கின்றன. இத்தோடு, சமூகக் கற்பனையும் உண்டு. இவை கூட்டான நிழலுருக்கள் எனலாம். இந்நிழலுருக்கள் பலரால் பகிர்ந்துகொள்ளப்படுவதால் பொதுவெளியில் காணக்கிடைக்கின்றன. எடுத்துக்காட்டாக, திருமணமான பெண், கருவைத்தாங்கிக் குழந்தையைப் பெற்றெடுக்க வேண்டும் என்பது சமூகத்தில் காணப்படும் பெண்மை மற்றும் தாய்மையின் அடையாளமாக உள்ளது. அது, அவரை மணம் செய்தவருக்குத் 'தந்தை' தம்பதியரின் பெற்றோருக்குப் 'பாட்டி', 'தாத்தா' போன்ற அடையாளங்களையும் வழங்குகின்றது. குழந்தையைப் பெற்றெடுக்க மறுக்கும் பெண்ணின் தீர்மானம் பொதுவெளியில் சிக்கலை உருவாக்கும். காரணம், தாய்மை சார்ந்த நிழலுருவானது சுமந்து வரும் வரலாற்று, பண்பாட்டு, சமய, குலக் குறியீடுகள் எண்ணிலடங்கா. மறுப்பு தெரிவிக்கும் பெண்ணின் தீர்மானம் தற்காலச் சமூகத்தின் மீதான விமர்சனமாக எழலாம். மணமுறிவுக்கும் இட்டுச் செல்லலாம். 'மலடி' எனும் முத்திரை குத்தப்படலாம். இதன் விளைவாகச் சமூகத்தின் விளிம்புநிலைக்குத் தள்ளப்படலாம். ஆக, தாய்மை எனும் ஒரு நிழலுரு பலவற்றை உள்ளீடாகக் கொண்ட வலைப்பின்னலாக இருக்கிறது. இது சமூகத்தின் பொதுவெளியில் அனைவரும் பங்கேற்றுக் கடைப்பிடிக்க வேண்டியதாக இருக்கிறது.

---

2. Cornelius Castoriadis, *The Imaginary Institution of Society*, Kathleen Blarney (trans.), Polity Press, Cambridge 1987.

இவ்வாறாகக் காணப்படும் நிழலுருக்கள் பன்னிலை அறிவாக்கத்தின்[3] பகுதியாக, வெவ்வேறு கருத்தியல்களின் அடிப்படையில் பலதரப்பட்டவையாக உருவாக்கப்படவும் பகிரப்படவும் சமூகத்தின் பகுதியாக மாற்றப்படவும் நேரலாம். எடுத்துக்காட்டாக *The World Before Her*[4] என்னும் திரைப்படமானது இருவேறு கருத்தியலாலும் அதனடிப்படையிலான அறிவாக்கத் தாலும் உருவான இந்தியப் பெண்களைப் பற்றிய மாறுபட்ட நிழலுருக்களைப் பதிவுசெய்யும் ஆவணமாக வெளிவந்தது. ஒரு பெண் மிகைப்படுத்தப்பட்ட பழமை சார்ந்த பெண்களின் நிழலுருக்களை மையப்படுத்தி இயங்கும் 'துர்கா வாகினி' என்னும் அமைப்பு முன்வைக்கும் பெண்ணாக வருகிறாள். வரலாற்றில் இடம்பெறும் ஜான்சி ராணி போன்றவர்கள் இவர்களுக்கு முன்மாதிரியாக்கப்படுவதோடு, இந்தியாவின் தனித்தன்மையை மீட்டெடுப்பதில் வீரப்பெண்களின் பங்கையும் முன்வைக்கிறது. இந்தியர்களின் அடையாளம் இந்துமதம் என்பதை முன்வைக்கும் இந்நிழலுருவம் மற்ற அடையாளங்களையும் அதன் காரணகர்த்தாக்களாக இருப்பவர்களையும் அழிக்க வேண்டும் என்பதை நிறுவுகிறது. அதாவது, கிறிஸ்தவம், இஸ்லாம் மதத்தினரை ஒருவகையில் எதிரிகளாகச் சித்திரிக்கும் போக்கானது இந்நிழலுருக்கள் வாயிலாகப் பரப்பப்படுகிறது.

பெண்ணைப் பற்றிய இன்னொரு நிழலுருவானது, நவீன அழகுப்பொருள்கள் முன்வைக்கும் 'அழகுப் பதுமை' சார்ந்ததாக இருக்கிறது. அழகிப் போட்டியில் பங்கேற்றுத் தனது பெண்மைக்கான அடையாளத்தை நிறுவ ஒருவர் முயல்கிறார். அதற்கான நிழலுருக்கள் முன்வைக்கப்படுகின்றன. இவ்விரண்டிலும், புத்திக்கு ஒத்துப்போகின்ற விதத்திலான அறிவாக்கங்கள் நடைபெறுகின்றன. அவ்வறிவாக்கமானது, அக்குழுக்கள் அல்லது நிறுவனங்கள் கொண்டிருக்கும் நோக்கங்களையும் அதற்காக அவர்கள் அடிப்படையாகக் கொண்டிருக்கும் கருத்தியல்களையும் அடிப்படையாகக்கொண்டு அரங்கேறுகிறது. இந்தியாவின் மரபுசார்ந்த பெண்ணைப் பற்றிய நிழலுருவை உருவாக்கும் அமைப்பு அல்லது நிறுவனம் தன்னுடைய மறைமுக அரசியல் நோக்கங்களின் மூலம் ஓட்டு வங்கியை அதிகரிக்கச் செய்ய முயல்கிறது. மரபும் வரலாறும் அடையாளப் பெருமைகளும் அறிவாக்கங்களாக முன்வைக்கப்படும்போது, அவை ஏற்புடையவையாகச் சாமானியர்களின் மனங்களில் பதிந்து பயன்படு பொருட்களாக மாறுகின்றன. அழகுப் பொருட்களை உருவாக்கும் நிறுவனங்கள் தங்கள் உற்பத்திப்

3. இந்நூலின் எட்டாவது கட்டுரையைப் பார்க்கவும்.
4. இந்த ஆவணப்படம் Nisha Pahuja என்பவரால் இயக்கப்பட்டு 2012 ஆம் ஆண்டில் வெளிவந்தது.

பொருள்களை இந்தியா போன்ற மக்கள்தொகை மிகுந்த நாடுகளில் விற்கும் நோக்குடன் பெண்களை அழகிகளாகச் சித்திரித்து அதற்கான நிழலுருவங்களை முன்வைக்கிறார்கள். அழகால் தங்களை நிறுவிக்கொண்டு சுண்ணாம்பு ஒளியில் மின்னுதலை அவசிய நிழலுருவாகப் பெண்கள் பலர் ஏற்கின்றனர். இவ்வாறாக வருகின்ற நிழலுருக்களைச் சமூகத்தின் பொது வெளியில் மக்களுக்கு வசப்படுகின்றவையாக மாற்றும் இயங்கு நிலையானது நடந்தேறுகிறது.

சமூகக் குறியீடுகளும் கற்பனைப் பரிமாணமும்

சமூக உளவியலை விளக்கும் பொருட்டுச் சமூகக் குறியீடுகள் என்னும் கோட்பாட்டை முன்வைத்த மோஸ்கோவிச்சி அவர்கள் அன்றாட வாழ்வில் தொடர்பாடல்களுக்கு ஊடுபொருளாக இருப்பவை சமூகக் குறியீடுகள் என்று விளக்கியதை முன் அத்தியாயங்களில் கண்டோம். இக்குறியீடுகள் சமூகத்தில் ஏற்க வேண்டிய உளப்பாங்குகள், பொதுவெளியில் கிடைக்கப்பெறும் தகவல்கள் என அனைத்தையும் உள்ளடக்கியனவாக இருக்கின்றன. மதக்குழுக்களுக்குள், சமூகக்குழுக்களுக்குள் எப்படிப்பட்ட உளப்பாங்குகளை மனிதர்கள் ஏற்க வேண்டும், எத்தகைய மொழிநடையையும் உடல் மொழியையும் வார்த்தைகளையும் பயன்படுத்த வேண்டும் என்பதைத் தீர்மானிப்பவையாகவும் இவை இருக்கின்றன. நெகிழ்வுமிக்க இக்கோட்பாடானது, மனிதர்களின் சமூகவாழ்வு சார்ந்த உணர்ச்சிகளையும் கருத்தில் கொண்டதாக இருக்க வேண்டும் என்பதை மோஸ்கோவிச்சி வழிநின்று சிந்தித்த சமூக உளவியலாளர்களாலும் முன்வைக்கப் பட்ட கருத்தாக இருந்தது. ரஜினி சென் மற்றும் வூல்ஃகாங் வாக்னர் ஆகியோர் மேற்கொண்ட, இந்து-முஸ்லிம் மோதல்களைப் பற்றிய ஆய்வில் உணர்வுகள் ஏற்படுத்தும் தாக்கங்களைப் பற்றி விரிவாகப் பேசியுள்ளனர்.[5] 1992ஆம் ஆண்டு நடந்த பாபர் மசூதி இடிப்பு, அதற்குப் பிந்தைய மதக்கலவரங்கள் சார்ந்த நிழலுருக்களானவை 2002ஆம் ஆண்டைய கோத்ரா ரெயில் பெட்டி எரிப்பு மற்றும் கலவரங்கள்மீது தாக்கம் செலுத்தின. பாபர் மசூதி இடிப்புக்கு முன்னர் நடந்த தேர் யாத்திரை, அது முன்வைத்த நிழலுருக்கள் ஆகியவை குறிப்பிட்ட மதத்தினரின் அடையாளங்களை நிறுவும் பொருட்டு முன்வைக்கப்பட்டன. இவை கற்பனைகள் கலந்தவையாக இருந்தன. உணர்வுகளோடு கலந்த கற்பனைகள் சார்ந்த நிழலுருக்கள் மோதல்களை

---

5. Ragini Sen & Wolfgang Wagner, "History, Emotions and Hetero-Referential Representations in Inter Group Conflict: The Example of Hindu–Muslim Relations in India", *Papers on Social Representations Textes sur les représentations sociales*, Volume 14, pages 2.1-2.23 (2005).

உருவாக்கவும் உயிர்ப்பலி வாங்கவும் ஏதுவாக அமைந்தன. சமூகத்தில் மிக எளிதில் மதம் சார்ந்த சமூகக் குறியீடுகளைப் பழக்கத்திற்குக்கொண்டு வருவதற்கு உருவகங்கள் முக்கியப் பங்கு வகிக்கின்றன.

சமூக உறவாடல்களுக்கான பொருள்களானவை இருநிலைகளில் சமூகத்தின் மனத்தில் பதிப்பிக்கப்படுகின்றன என மோஸ்கோவிச்சி கூறுகிறார். அதற்காக அவர் இரண்டு சொல்லாடல்களைப் பயன்படுத்துகிறார்: 'ஊன்றுதல்' இன்னொன்று 'பொதுப் பொருளாக்குதல்'. சமூகத்தின் பொது வெளிக்குப் பழக்கமற்ற ஒன்றானது நிறுவப்பட வேண்டும் என்றால் அது சமூகத்திற்குப் பழக்கமுடையதாக மாற்றப்பட வேண்டும்.[6] இதுவே ஊன்றுதல் என்னும் சொல்லாடல் வழியாக அர்த்தமாக்கப்படுகிறது. இவ்வியங்குநிலையை வேகமாகச் செயல்பட வைக்கும் ஊக்கியாக உணர்ச்சிகளானவை செயல்படுகின்றன.

எடுத்துக்காட்டாகக் குழந்தைகளைப் பெற்றெடுக்க விரும்பாதவர்களுக்கான *Anti–Natalism* என்னும் கருத்தானது 2019ஆம் ஆண்டில் முன்வைக்கப்பட்டது. தாய்மை என்பது மிகவும் உணர்ச்சிமிக்கது, அதைப் போன்றதே பெண் விடுதலையும். இப்பின்புலத்தில் முன்வைக்கப்படும் 'குழந்தைகள் வேண்டாம்' என்னும் கருத்தானது சமூகத்தின் பொதுவெளியில் அதற்கு எதிரானதும் ஆதரவானதுமான சமூகக் குறியீடுகள் சார்ந்த நிழலுருக்களை உருவாக்கவும், அதைப் பொதுவெளியில் பரப்பவும் செய்கின்றன. இதை முன்னெடுப்பதற்காகப் பெண் சுதந்திரம், பெண் முழுமையாகத் தாயாக மாற அவசியமில்லை ஆகிய கருத்துகள் பல வழிகளில் முன்வைக்கப்படுகின்றன.[7] மலையாளத்தில் வெளிவந்த 'சாராஸ்' என்னும் திரைப்படம் பற்றிய 'கமென்ட்'களில் இக்கருத்துகளானது வெளிப்பட்டன.

இவ்வாறாகச் சமூகத்திற்குப் பழக்கமில்லாத ஒன்றைச் சமூக ஊடகங்கள் அல்லது பிற பரவலாக்கங்கள் வழியாகப் பன்னிலை அறிவாக்கம் மூலமாகப் பழக்கமாக்கப்படுகிறது. அவை உணர்வுகள் கலந்தவை என்பதால் மிகவும் எளிதில் பொதுவெளியில் பதிந்துவிடுகின்றன. இதன் பயனாக இவை தனிமனிதர் சார்ந்த கருத்தாக ஒதுங்காமல் அனைவராலும் எடுத்தாளப்படும் நிழலுருக்களாக மாறுகின்றன. இதுவே பொதுப் பொருளாக்குதல் என்னும் சொல்லாடல் வழியாக விளக்கப்படுகிறது.

---

6. Serge Moscovici, *Psychoanalysis: Its Image and the Public*, 54-120.
7. Jonathan Griffin, "Anti-natalists: The people who want you to stop having babies," 13 August 2019, https://bbc.in/3KC0tGo.

சமூகக் குறியீடுகளில் நிழலுருவாக்கமும் அர்த்தம் கொடுத்தலும்

பொதுவெளியில் புழக்கத்தில் இருக்கும் சமூகக் குறியீடுகளின் உருவாக்கத்திலும் ஊன்றுதலிலும் பொதுவுடைமையாக்கத்திலும் நிழலுருவாக்கமானது முக்கியப் பங்கு வகிக்கிறது. பழக்கமற்ற சமூகக் குறியீடு ஒன்றைச் சமூகத்தின் மனத்தில் பதியவைக்க நிழலுருக்கள் பெரிதும் உதவுகின்றன. மனிதர்கள் தாங்கள் கற்றவற்றையும் கற்பனை செய்து உருவாக்குகின்ற யதார்த்தத்தையும் சமூகத்தின் பொதுவெளியில் வைப்பதற்குக் கற்பனை கலந்த இவை பெரிதும் உதவுகின்றன. சமூக வெளியில் அடையாளமற்றதாகவும் உருவமற்றதாகவும் இருக்கின்ற ஒன்றிற்கு மொழியியல் குறியீடும், நிழலுருக்களைக் கொடுத்து அதைப் புழக்கத்திற்குக் கொண்டு வருவதும் அவசியம். கலைகளில் நிழலுருக்கள் முதன்மை பெறுகின்றன. இதற்காக ஏற்கெனவே சமூகத்தின் பொதுவெளியில் இருக்கின்ற சில நிழலுருக்குள் தனிமனித உள்ளுணர்வால் தன்வயமாக்கப்பட்டு அவற்றுள் சில மாற்றங்கள் ஏற்படுத்தப்படுகின்றன.

‘சாராஸ்’ என்னும் திரைப்படமானது, சமூகத்தில் பெண் ஒருவர் தன்னை ஏற்புடையவராக மாற்றுவதற்காக[8] குழந்தைகளைப் பெறுவதைவிட ஒரு நல்ல படைப்பைச் சமூகத்திற்குத் தந்தால் போதும் என்னும் செய்தியை முன்வைக்க முயல்கிறது. பெண்ணியச் சுதந்திரம் என்னும் மையக்கருவைப் பல்வேறு படிமங்களாக முன்வைக்க முயலும் திரைப்படமானது, மையக்கருவைத் தாங்கும் புறப் படிமமாக இதை முன்வைக்கிறது. மையக்கருத்தைத் தாங்கும் மற்றொரு படிமமாகப் பொறுப்பற்ற பெற்றோர் என்னும் சார்புக் கதை காட்சியாக்கப்படுகிறது. அதற்கான கதைக் களங்களை உருவாக்கிப் பொறுப்பற்ற ஓர் ஆண்மகனைக் கணவனாகக்கொண்ட மனைவி காண்பிக்கப்படுகிறார். நான்கு குழந்தைகளைப் பெற்றவளைச் சித்திரிப்பதற்காக, கைக்குழந்தை, நிறைமாத கர்ப்பிணி, கைகளைப்பற்றி நடக்கும் இரு குழந்தைகள் என நிழலுருக்களை இயக்குநர் காட்சிப்படுத்துகிறார். இவை அனைத்தும் மாற்றுக் கருத்துகளை உருவாக்குவதற்காகச் சமூகத்திற்குப் பழக்கமாகிப்போன உருவகத்தைப் பயன்படுத்தும் யுத்தியாக இருக்கிறது. இவை சமூகக் குறியீடுகளாகச் சமூகத்தின் பயன்பாட்டிற்காகப் பொதுப் பொருள்களாக மாற்றப்படுகின்றன. விவாதங்கள் சமூக ஊடகங்களில் முன்னெடுக்கும்போது, அவை எதிரும் புதிருமான வெவ்வேறு உருவகங்களை முன்வைத்து பெண் சுதந்திரத்தின் மாற்றுக் கண்ணோட்டங்களைச் சமூகக் குறியீடுகளாக உருவாக்க வழிகோலி அவற்றைப் பொதுவெளியில் புழக்கத்துக்குக் கொண்டுவருகின்றன.

8. இதைப் பற்றிய விளக்கம் இந்நூலின் ஐந்தாம் கட்டுரையில் தரப்பட்டுள்ளது.

புதிய சமூகக் குறியீடுகளை உருவாக்குதல்

சமூகத்தில் புதிதாக ஒன்றை அறிமுகம் செய்யும்போது அதற்கு வடிவம் கொடுக்க வேண்டியது அவசியமாகிறது. தெளிவற்றதாய், மனித மூளையால் பொதுவெளியில் அடையாளம் காண முடியாத ஒன்றை நிறுவிட வடிவம் கொடுத்தல் என்பது முக்கியப் பங்கு வகிக்கிறது. உருவமானது சில வடிவங்களின் தொகுப்பாக, ஒரு விளக்கப்படமாக முன்வைக்கப்படலாம். இதற்கான எடுத்துக்காட்டாக, சமூகத்தில் பிரபலமாக இருக்கும் பெண்களின் குரலை ஒடுக்குவதற்காகப் பயன்படுத்தப்படும் பாலியல் சார்புடைய உருவகங்களையும் விளக்கப்படங்களை யும் முன்வைக்கலாம். இழிவுபடுத்துவதற்காகப் பாலுணர்வு சார்பியங்களானவை சமூக ஊடகங்களில் பயன்படுத்தப்படுகிறது. இல்லையென்றால் அவர்களை விற்பனைப் பொருட்களாக மாற்றும் போக்குகளும் இந்தியச் சமூகத்தில் நிலவுகிறது. பெண்களின் குரல்வளையை நெரித்து அவர்களை வீடுகளுக்குள் முடக்கும் போக்குகள் இவ்விதமான வடிவம் கொடுத்தல் வழியாக இன்றும் நடந்தேறுகிறது.[9]

வடிவம் கொடுக்கும்முறையை இரு சொற்கள் வழியாக விளக்கலாம்: ஒப்பீடு, சார்பியம்.

ஒப்பீடு என்பது இன்னொன்றோடு ஒப்பீடு செய்து நிழலுருக்களை உருவாக்குதல். எடுத்துக்காட்டாக, அரசியலில் பிரபலம் அடைந்து வெளிப்படையாக அதிகாரம் கொண்டிருக்கும் பெண்களின் வாயை அடைப்பதற்காகப் போகப் பொருளாக அல்லது சந்தைப் பொருளாக அவர்களை ஒப்பீடு செய்கின்றனர். அதேவேளையில், ஆண் ஒருவரை இழிவுபடுத்த வேண்டும் என்றால் அவரை மூளையற்றவராகவோ, திராணி அற்றவராகவோ (ஆண்மை இல்லாதவர்) அடையாளப்படுத்தும் போக்குகளும் நிலவுகின்றன. பெண்களைப் பற்றிய கேலிச்சித்திரங்களில் கவர்ச்சிகரமான ஆடைகளை வரைதல், அல்லது இன்னொரு மனிதரின் மடியில் அமர்ந்திருப்பதாகக் காட்சிப்படுத்துதல் போன்றவை மேற்கொள்ளப்படுகின்றது. பொதுவெளியில் குரல் எழுப்பும் பெண் உவமானமாகவும், போகப்பொருள் என்பது உவமேயமாகவும் இங்கே வைக்கப்படுகிறது.

மேலும் ஒன்றுக்கும் மற்றொன்றுக்கும் இடையே ஒத்துப் போகும் காரியங்கள் முன்வைக்கப்பட்டு அவற்றின்

---

9. Geeta Pandey, “Sulli Deals: The Indian Muslim women ‘up for sale’ on an app,” https://bbc.in/3GGu7rF, Pooja Chaudhuri, “Misinformation through a Feminist Lens: Sexism and Online Harassment Prevent Women from Taking Vocal Stands and Hinder Progress,” *The Hindu*, August 10, 2021, 7. See also Swati Chaturvedi, *I am a Troll: Inside the Secret World of the BJP’s Digital Army*, Juggernaut, New Delhi, 2019.

அடிப்படையில் நிழலுருக்கள் உருவாக்கப்படுகின்றன. எடுத்துக்காட்டாக, 'சாரா'ஸ்' என்னும் திரைப்படம் தூண்டிய சமூக ஊடக இடுகைகளில் திருமணமாகிக் குழந்தைகளைப் பெற்றெடுக்க விரும்பாதவர்கள் வன்மம் தாங்கிய பேய்களின் இயல்புகளுடன் தொடர்புபடுத்திப் பேசப்பட்டனர். அல்லது அத்தகைய மனநிலை பொது மனத்தில் கிடப்பதாகவெளிப்பட்டது.

இவ்வுருவாக்கங்களில் சமூகத்தின் முன்னேற்றம், மனிதம் போன்ற பொதுநலன் சார்ந்த தர்க்கவியல்கள் பல வேளைகளில் செயல்படுவதில்லை. சாரா'ஸ் திரைப்படம் பெண் விடுதலை என்னும் மையப் பொருளை விளக்குவதற்காகப் பார்வையாளரின் உணர்ச்சிகளை ஊடுபொருளாக்கியுள்ளது (பெரும்பாலான திரைப்படங்கள் இவ்வாறே செய்கின்றன). குழந்தையைப் பெற்றெடுப்பதா? (ஹீரோயின் குழந்தையைப் பெற்றெடுப்பதில் விருப்பமில்லாதவர் என்னும் புறப்பொருள் கதையில் வருகிறது என்பது மறுப்பதற்கில்லை) இல்லை கருக்கலைப்புச் செய்வதா? எனும் கேள்வியை எழுப்பி பெண் விடுதலை என்பது கருக் கலைப்பில் அடங்கியுள்ளது எனும் முன் தீர்வையும் வைக்கிறது (பார்வையாளர்களை நிர்ப்பந்திக்கிறது). சாராஸ் திரைப்பட இயக்குநர் பார்வையாளர்களை உணர்ச்சிகளுக்குள் கட்டிப் போடுகிறார் *(Emotional Blackmailing*[10] எனச் சொல்லலாம்). அதனால், திரைப்படத்தைப் பற்றிய இடுகைகளில் குழந்தைப் பேறு என்பது பெரும் விவாதமாக மாறியிருந்தது. பார்வையாளர்களின் அனுபவம் சார்ந்த புலனுணர்வுகளின் வாயிலாகப் பழக்கமாகிப் போன ஒன்றை முன்வைத்து இது முன்னெடுக்கப்படும்போது பெண் சுதந்திரமானது கவன ஈர்ப்பைப் பெறுகிறது.

'சாராஸ்'[11] திரைப்படம் முன்வைக்கும் நிழலுருக்களும் மொழியியல் குறியீடுகளும்

கற்பனையாக்கத்தின் பகுதியாக உருப்பெறும் பெண் சுதந்திரம் சார்ந்த கருத்துகளை வெளிக்கொணர்வதில், 'சாராஸ்'

---

10. Donna Frazier and Susan Forward, *Emotional Blackmail: When the People in Your Life Use Fear, Obligation, and Guilt to Manipulate You*, HarperCollins, New York, 1997.

11. சாரா'ஸ் என்னும் தலைப்பு கிறிஸ்தவர்களின் புனித நூலான திருவிவிலியத்தி லிருந்து எடுக்கப்பட்ட கதாபாத்திரம். இரு பாகங்களாக விவிலியத்தைப் பிரித்திருக்கிறார்கள். புதிய ஏற்பாடு மற்றும் பழைய ஏற்பாடு. இதில் பழைய ஏற்பாடு என்பது இஸ்ரேல் மக்களைப் பற்றியது. இந்த இஸ்ரேல் மக்கள் (இன்றைய யூதர்கள் எனப் பொதுவாகச் சொல்லலாம்), ஆபிரகாம் என்னும் ஒற்றைக் குலமுதுவரின் வழித்தோன்றல்கள். அவரின் மனைவியின் பெயர் 'சாரா.' இஸ்ரேல் மக்கள் சாராவின் புதல்வர்கள் என்பது நம்பிக்கை சார்ந்த புரிதல். திருவிவிலிய சாரா குழந்தையைப் பெற விருப்பம் கொண்டு அதற்காகத் தவிக்கிறாள் என்றால் சாராஸ் திரைப்பட இயக்குநர் முன்வைக்கும் கதாநாயகியோ குழந்தை பெற விரும்பாதவள்.

என்னும் திரைப்படம் எப்படிப் பொதுவெளியை இயக்கி இருக்கிறது என்பதைப் பார்க்கலாம்.

The Mallu Analyst என்னும் *YouTube* இணைய அலையில் வெளிவந்த திரை விமர்சனம், 24.08.2021 நிலவரப்படி மொத்தம் 2854 'கமென்டஸ்'களைப் பெற்றுள்ளன. இவற்றுள் 765 பதிவுகள் இக்கட்டுரையில் பகுப்பாய்வு செய்யப்பட்டுள்ளன. மேலும் 'சூப்பர் வுமன்' என்னும் கமென்ட் பெற்றிருக்கும் 109 பதில்களும் விவாதத்திற்கு எடுக்கப்பட்டுள்ளன. 765 பதிவுகளில் 286 திரைப்படத்திற்கு ஆதரவாகவும் 84 பதிவுகள் எதிராகவும் வந்துள்ளன. இதர 395 பதிவுகள் திரைப்படம் பேசும் மைய மற்றும் உப பொருள் சார்ந்தனவாகவும் பதிவாகியுள்ளன.

இப்பதிவுகளை நான்கு தலைப்புகளின் கீழ் வகைப்படுத்த லாம். முதலாவதாக, கருக்கலைப்பு பற்றிய கருத்துகள். மொத்தம் 149 பதிவுகள் கருக்கலைப்பு என்னும் வார்த்தையைப் பயன்படுத்துகின்றன. இவற்றுள் 40 பதிவுகள் கருக்கலைப்புக்கு ஆதரவாகவும் 109 பதிவுகள் எதிராகவும் உள்ளன. இரண்டாவதாகப் பெண் சுதந்திரம். இதைக் குறிப்பிடும் வகையில் மொத்தம் 185 கருத்துகள் பதிவாகியுள்ளன. 118 பதிவுகள் பெண் சுதந்திரத்தை நேரடியாக வலியுறுத்துகையில் 67 பதிவுகள் பெண் சுதந்திரத்தை முடக்குவதில் சமூகத்தின் பங்கு பற்றிப் பேசுகின்றன. இவற்றுள் எவையும் பெண்களை ஒடுக்குவதை ஆதரிக்கவில்லை.

மூன்றாவதாகத் திருமணம், கருவுறுதல், தாய்மை = முழுப்பெண் என்பதைக் குறிப்பிடும் வகையில் மொத்தம் 62 (பின்னூட்டம் = *feedback*) பதிவாகியிருக்கின்றன. இவற்றுள் 8 பதிவுகள் திருமணம் செய்துகொள்ள விரும்பவில்லை என்னும் கருத்தை முன்வைக்கின்றன. நான்கு பதிவுகள் திருமணம் என்பதை ஒருவருடைய விருப்பத்திற்கு விட்டுவிட வேண்டும். அதில் யாருடைய நிர்ப்பந்தமும் இருக்கக்கூடாது என்று கூறுகின்றன. 17 பதிவுகள் கருவுறுவதற்கு விருப்பம் இல்லை என்பனவாக இருக்கின்றன. 21 பதிவுகள் கருவுறுவதும் கருவுறாமல் இருப்பதும் ஒரு பெண்ணின் தனிப்பட்ட சுதந்திரம் சார்ந்தது என்னும் பதிவை வைத்திருக்கின்றன. 12 பதிவுகள் ஒரு பெண் முழுமையாவதற்குக் கருவுற வேண்டிய அவசியமில்லை என்கின்றன.

நான்காவதாக 'சூப்பர் வுமன்' என்னும் கருத்தை ஒட்டிய தாகவும் வருகிறது. அதாவது கர்ப்பிணிப் பெண் கேமராவை இயக்குவதைப் போன்ற காட்சியை வைத்திருக்கலாம் என 3 பேர் கருத்துத் தெரிவிக்கையில், அதை வைக்காமல் இருந்ததை ஆமோதித்து 13 பேரும் கருத்துப்பதிவு செய்தனர். சூப்பர் வுமன் என்னும் ஒரு பின்னூட்டமானது 109 பதில் பின்னூட்டங்களைப் பெற்றிருந்தன. இவற்றுள் 24 பேர் சூப்பர் வுமன் என்னும் கருத்தை

ஆமோதித்தனர், 85 பேர் ஆமோதிக்கவில்லை. இவற்றிலிருந்து மூன்று முக்கியக் கருத்துகளைச் சமூகத்தின் பார்வையில் முன்வைக்கலாம்.

1. பெண் சுதந்திரம்

பெண் சுதந்திரத்தை முன்வைக்கும் நிழலுருக்களும் மொழியியல் குறியீடுகளும் இடம்பெற்றிருந்தன.

உனது உடல். நீதான் தீர்மானம் எடுக்கவேண்டும்.

இது சாராவின் படம், சாராவின் வாழ்வு, சாராவின் உடல். எனவே சாராவின் தீர்மானங்கள்.

ஒருவரின் தனி உரிமையை மதிக்க வேண்டும்.

சாராஸ் (Sarah's) என்னும் தலைப்பு, அவளுடைய தீர்மானங்களையும் வாழ்க்கையையும் குறிக்கிறது.

எப்படி வாழ வேண்டும் என்பது ஒவ்வொருவருடைய தனிப்பட்ட தீர்மானம். கணவரின் வேலைக்காரியாக, அவரின் முன் கைகட்டி நிற்க எனக்கு விருப்பமில்லை.

திருமணம், குழந்தைகள், விவாகரத்து போன்றவை ஒருவரின் தனிப்பட்ட தீர்மானம்.

குழந்தைகள் வேண்டுமா வேண்டாமா என்பது ஒருவரின் தனிப்பட்ட தீர்மானம்.

இத்தகைய இடுகைகள் அனைத்தும் தனது உடல் தனது சுதந்திரம், தனது தீர்மானங்கள், தனிநபர் சுதந்திரம் போன்றவற்றை முன்வைக்கின்றன. இவற்றுக்கு மாற்றாகச் சமூகம் முன்வைக்கும் கருத்துகளும் கூறப்பட்டு மறுத்துரைக்கப்படுகின்றன.

பிரச்சினை யாருக்கு. ஆஸ்பத்திரிக்குப் போனீங்களா ?

வாந்தி எடுத்தபோது, "விசேஷம் உண்டா ?" கேள்வி எழுந்தது.

குழந்தைகள் இல்லாத தம்பதியர் எல்லாம் பிரச்சினை உள்ளவர்கள் அல்ல.

எல்லாப் பெண்களும் தாயாக வேண்டும். இல்லையென்றால் அவர்களுக்கு ஏதோ பிரச்சினை உண்டு (பொதுப்புத்தியின் மீதான விமர்சனம்).

திருமணம் முடிந்த பின் குழந்தைகள் உள்ளவர்கள் மட்டுமே இங்கே சாதாரணமானவர்களாகக் கருதப்படுகிறார்கள்.

எனக்கு இப்போது 26 வயது நிரம்பிவிட்டது. திருமணமாகாத தால் சமூகம் தரும் அழுத்தம் என்னைக் கொல்கிறது.

சந்தோஷ் குமார் அப்பு

பெண்கள் மீது சமூகம் காட்டும் அக்கறை தனிதான். அவர்களுக்குத் திருமணம் செய்து வைக்க வேண்டும். குழந்தைகளைப் பெற்றெடுக்க வைக்க வேண்டும். மன அமைதி தராத ஒரு சமூகம்.

குழந்தைகள் பிறக்கவில்லையென்றால் அது பெண்ணின் உடல்ரீதியான சிக்கலாகப் பார்க்கும் சமூகத்தின் பார்வை இடுகைகளில் அருவருப்பாகப் பார்க்கப்படுகிறது. ஆகையால் பெண் – தாய்மை என்னும் பிணைப்பு விவாதப் பொருளாகி வேறு பல நிழலுருக்களை உருவாக்குகிறது.

2. தாய்மையும் பெண்மையும்

குழந்தை பெறாதவர்கள் முழுமையான பெண்கள் அல்ல என்றும் அவர்கள் சாதாரண பெண்மணிகள் அல்ல என்றும் கருதும் போக்கானது வேறுபல கருத்துருவாக்கத்திற்கும் வழிகோலியிருக்கிறது. அது 'சூப்பர் வுமன்' என்னும் – அதீத சக்தி படைத்த பெண் என்னும் கருத்து. அதாவது, தன்னுடைய வேலைகளுக்கு மத்தியில் குழந்தைகளைப் பெற்றெடுத்து அவர்களை எக்குறையுமின்றி வளர்த்தெடுக்கும் பெண்மணிகள் குறித்த நிழலுருக்கள் உடைக்கப்படுவதோடு அத்தகைய பெண்மணிகளுக்கு ஆதரவான குரல்களும் எழுகின்றன.

தாய்மையைப் பற்றிய தேவையற்ற மிகைப்படுத்துதலை நிறுத்த வேண்டும்.

தேவையற்ற முறையில் தாய்மையைப் போற்ற வேண்டாம்.

கர்ப்பிணியாக அவள் திரைப்படத்தை இயக்குவாள் என்று எதிர்பார்த்தேன்.

சாதாரண கிளைமாக்ஸ் ஆக இருந்திருந்தால், கதையின் முடிவில் குழந்தையை யாராவது வைத்திருப்பதைப் போன்ற காட்சியை வைத்திருப்பார்கள்.

குழந்தை பெற்றெடுத்துப் பின் திரைப்படம் இயக்கும் 'கிளீஷே' நான் எதிர்பார்த்தேன்.

கடைசியில் 'சூப்பர் வுமனாக' அவளைச் சித்திரிக்கவில்லை. கர்ப்பிணி திரைப்படம் இயக்குகிறாள்.

பெரிய வயிறுடன் 'ஆக்ஷன்' 'கட்' எனச் சொல்லும் சாராவைப் பார்க்க வேண்டியிருக்குமோ என அஞ்சினேன்.

இங்கே சூப்பர் வுமன் என்னும் சொல்லாடலானது Rachel Morrison என்னும் புகைப்படக் கலைஞரைக் குறிக்கிறது. இவர், Mudbound என்னும் திரைப்படத்திற்காக உழைக்கும் போது கருவுற்றிருந்தார். கருவைச் சுமந்தவாறு அவர் திரைப்படத்திற்காக

ஏற்புடைய வாழ்வுக்கான போராட்டம்

உழைக்கும் படங்கள் வெளியாகி இருந்தன. அத்தகையதொரு முடிவைத் திரைப்படம் காட்டவில்லை என்பது இங்கே மெச்சப்படுகிறது. அதேவேளையில் இத்தகைய பெண்களை மெச்சும் இடுகைகளும் இடம்பெற்றிருந்தன.

> மேரிக்கோம் உட்பட பிரபலமான விளையாட்டு வீராங்கனைகள், கர்ப்பிணிகளாக இருந்தும் Career – இல் பெரிய வளர்ச்சியைக் கண்டவர்களே.
>
> குழந்தையைத் தன் முதுகில் சுமந்தவாறு போருக்குச் சென்ற பெண்மணியின் வரலாற்றைப் பெற்றது இந்தியா... ஜான்சி இராணி.
>
> ரெச்சல் மொரைசன் (பிளாக் பாந்தர் திரைப்படத்தின் ஒளிப்பதிவாளர்) திரைப்படத்தில் வேலை செய்யும் நேரத்தில் கர்ப்பிணியாக இருந்தார். அவர் ஒளிப்பதிவுக்காக ஆஸ்கார் விருதுக்காகப் பரிந்துரைக்கப்பட்டார்.

ஒரு தொழிலில் முழுமையாக ஈடுபட்டவாறு குழந்தைகளைப் பெற்றெடுத்து வளர்க்கும் வீரப்பெண்மணிகளாக மேரிகோம், ஜான்சி ராணி, ரெச்சல் மொரைசன் போன்றோர் முன்வைக்கப்படுகின்றனர்.

இத்தோடு தொடர்புடைய தாய்மையின் பெருமையைப் போற்றித் தாய்மையை இழிவுபடுத்தும் போக்கிலான இடுகைகளாகக் கருதப்படுபவற்றை மறுத்துரைக்கும் பதிவுகளும் வெளிவந்தன. அவ்வாறே கருக்கலைப்புச் செய்யும் போக்குகளும் விமர்சிக்கப்பட்டிருந்தன.

> தாய்மையை இழிவுபடுத்தி, கருக்கலைப்பு செய்வதை மிகச்சாதாரண செயலாகப் பார்த்து ஒரு கொலையை - அபார்ஷன் - போற்றவும் செய்யும் இவ்விதத்திலான திரைப்படங்களைத் தடை செய்ய வேண்டும்.
>
> வேலைக்காகக் கருக்கலைப்பு செய்யும் போக்கைச் சரியென்று கூற முடியாது.
>
> ஓர் உயிரைவிட வாழ்வின் இலக்கு பெரிது என்னும் எண்ணத்தை என்னால் ஏற்றுக்கொள்ள முடியாது.
>
> கருவில் இருக்கும் ஏதுமறியாக் குழந்தையைக் கொன்றுவிட்டுத் திரைப்படம் இயக்கும் தலைக்கனம் பிடித்த ஹீரோயினை ஏற்க முடியாது.

சுயநலத்துக்காக வயிற்றில் வளரும் குழந்தையைக் கொல்லும் போக்கு ஏற்புடையதல்ல என்னும் கருத்துகள் இடம்பெற்றிருக்கின்றன. மேலும் தாய்மையின் அழகும் அதன் பெருமையும் இடுகைகள் வழியாகப் போற்றப்படுகின்றன.

3. பொறுப்புமிக்க பெற்றோர்

குழந்தைகளைப் பெற்றெடுப்பதும் வளர்ப்பதும் பொறுப்புமிக்க கடமை என்னும் கருத்தும் திரைப்படத்தில் முன்வைக்கப்பட்டது. தகுந்த தயாரிப்பின்றி குழந்தைகளைப் பெற்றெடுத்தல் ஆபத்தில் முடிவடையும் என்னும் செய்தியும் இடுகைகளில் இடம்பெற்றிருந்தன.

> குழந்தைகள் அழகாக இருப்பதால் குழந்தைகளை உற்பத்தி செய்ய வேண்டாம்.
>
> நல்ல பெற்றோராக இருக்க முடியவில்லை என்றால் பெற்றோராக மாறாமல் இருப்பதே சிறந்தது.
>
> நல்லமுறையில் சிந்தித்துப் பெற்றோராக மாறுங்கள். விருப்பமில்லாமல் குழந்தைகளைப் பெற்றெடுத்து வாழ்வைக் கெடுக்காதீர்கள்.
>
> ஒவ்வொரு குழந்தைக்கும் பெற்றோர் அவசியம். ஆனால் எல்லாப் பெற்றோரும் குழந்தை பெற அருகதை உடையவர்கள் அல்ல.

பொறுப்பற்ற பெற்றோர் சமூகத்தில் குற்றவாளிகளை உருவாக்கிவிடுவார்கள் என்னும் கருத்தும் முன்வைக்கப்படுகிறது. மூன்று தலைப்புகளின் கீழ் வைக்கப்பட்ட கருத்துகள் அனைத்தும் சமூகத்தில் பெண்கள் சுதந்திரம் பற்றிய கருத்துகளை முன்வைக்கின்றன.

சமூகக் குறியீடுகள், நிழலுருக்கள் மற்றும் மொழிக் குறியீடுகளின் மூலம் சமூகத்தில் புழக்கத்தில் உள்ள மொழிவழி வெளிப்படுத்த முடியாதவற்றை நிழலுருக்கள் முன்வைக்கின்றன. அவற்றைத் திரைப்படங்களும் நாடகங்களும் இதரக் கலை வடிவங்களும் வெளிப்படுத்துகின்றன. பெண்ணின் உடல், சுதந்திரம், திருமணம், கருவுறுதல், தாயாக மாறுதல், நல்ல பெற்றோராக உருமாறுதல் போன்றவை சமூகக் குறியீடுகளாகப் புழங்குகின்றன. இவை யாவும் அடிமைத்தனத்தின் வெளிப்பாடுகள் எனப் புறந்தள்ள முடியாது. அதே வேளையில் அவற்றை முழுப்பெண்மையின் அடையாளமாக முன்வைத்தலும் சிக்கல் மிக்கது. மனித மாண்பை அடிப்படையாகக்கொண்ட, சுதந்திரத்தைப் பற்றிய புரிதல்களும் விவாதங்களும் நடக்க வேண்டியதும் அவசியமாக இருக்கிறது. குழந்தையைப் பெற்றெடுப்பதிலும் வளர்ப்பதிலும் ஆண்கள் ஆற்ற வேண்டிய பெரும் பங்கு பெரிய அளவில் விவாதிக்கப்பட வேண்டியதும் தேவையானதுமாக இருக்கின்றது.

பன்முகச் சமூகங்களுடன் இணங்கி வாழ்தல்

ஒரு குறிப்பிட்ட அளவைக்குள் மனிதர்களை ஒதுக்கும் போக்கு கேள்விக்குட்படுத்தப்பட்டு மனிதர்கள் வரையறைகளைக் கடந்தவர்கள் என்னும் கருத்து முன்வைக்கப்பட்டது.

அனைத்தையும் ஒற்றைப் பரிமாணத்தின் கீழ் கொண்டுவந்து, பெருங்கதையாடல்கள் புரிந்து வந்த நவீன காலத்தைக் கடந்து பின் நவீனத்துவ காலத்தில் வாழ்ந்து வருகிறோம். கருத்தியல், கொள்கை, அடையாளம் என எல்லாவற்றிலும் பன்முகம் கொண்டவர்களாய் மனிதர்கள் வாழத் தொடங்கியிருக்கிறார்கள். இத்தகைய போக்கானது சமூக வாழ்வை மட்டும் சிக்கலுக்கு உள்ளாக்கவில்லை, அது குடும்பம் என்னும் அமைப்பையும் வேறு பல மரபுசார்ந்த நிறுவனங்களையும் சிக்கலுக்குள்ளாக்கி இருக்கிறது.

பின் நவீனத்துவம் முன்வைக்கும் பன்முகத்தன்மை

இருபது ஆண்டுகளுக்குப் பின்னர் மீண்டும் ஆப்கானிஸ்தான் தாலிபான்களின் கைகளுக்கு வந்திருக்கிறது. ஏறக்குறைய எவ்விடத்திலிருந்து அதை அமெரிக்கா மீட்டெடுக்க முயன்றதோ அவ்விடத்திற்கே அது திரும்பியிருக்கிறது. குடியாட்சியைப் பற்றிய மேற்கத்திய சுதந்திரமான கதையாடல்கள் முடிவுக்கு வரும் சூழல் ஏற்பட்டுள்ள தாக அரசியல் விமர்சகர்கள் கூறுகிறார்கள். இராணுவத் தலையீடுகளால் நாடுகளை உருவாக்கும்

முயற்சிகள் இனிமேல் வெற்றிபெறாது என அமெரிக்காவின் தற்போதைய குடியரசுத் தலைவர் ஜோ பைடன் வெளிப்படையாகக் கூறினார்.[1] மேற்கத்திய விழுமியங்களை வேறு நாடுகளில் புகுத்துவதை நிறுத்த ரஷ்ய குடியரசுத் தலைவர் விளாடிமிர் புட்டின் ஜெர்மன் சான்சலர் ஏஞ்சலா மெர்க்கல் அவர்களிடம் திட்டவட்டமாகக் கூறினார்.[2]

மேற்கத்திய சிந்தனைக்கு மாற்றான குடியாட்சியைச் சீனாவானது "சீனா மாதிரி" என முன்வைக்கிறது. 'நாட்டின் ஒரு விழுக்காடு மக்களுடைய, ஒரு விழுக்காடு மக்களால், ஒரு விழுக்காடு மக்களுக்கான ஆட்சி என்னும் மேற்கத்திய சுதந்திரக் குடியாட்சிக்கு'[3] மாற்றாக, அமைப்பாக்கம் பெற்ற மாகாணங்களிலிருந்து தெரிந்தெடுக்கப்பட்ட பிரதிநிதிகளை உள்ளடக்கிய சீன ஆட்சிமுறையானது நாட்டின் '90 விழுக்காடு மக்களுடைய, 90 விழுக்காடு மக்களால், 90 விழுக்காடு மக்களுக்காக' நடத்தப்படுகிறது என்று சில அரசியல் விமர்சகர்கள் கூறுகிறார்கள். மேற்கத்திய முதலாளித்துவ பொருளாதாரத்தில் ஒரு விழுக்காட்டினரே 99 விழுக்காட்டினரின் செல்வத்தை உறிஞ்சிப் பெருஞ்செல்வந்தர்களாக மாறி வருகிறார்கள் என்னும் கருத்து நிலவுகிறது. ஆனால் சீனா முன்வைக்கும் குடியாட்சியில் 90 விழுக்காடு மக்கள் பொருளாதாரப் பயன்களைப் பெறுகிறார்கள் என்று சொல்லப்படுகிறது.

மேற்கின் கருத்தியல்கள் சிக்கல்களைச் சந்திக்கும் வேளையில் உலகளாவிய நிறுவனங்களான ஐக்கிய நாடுகள், உலகச் சுகாதார அமைப்பு போன்றவை சிறுகச் சிறுக பலவீனமாவதையும் காண முடியும். சுதந்திரம், குடியாட்சி, தனியுரிமை போன்றவை எத்தகைய அர்த்தங்களை வருங்காலத்தில் பெறும் என்பதை மாறிவரும் 'மக்கள்தொகைப் பகிர்வுகள்' வெளிப்படுத்த இருக்கின்றன. வரலாற்றில் ஒற்றை அடையாளங்களின் திணிப்பால் ஏற்பட்ட வன்முறைகளும் இன அழிப்புகளும் இங்கே நினைவுகூரத்தக்கன.

காலனியாதிக்கத்தின் வேளையில், மக்களை நாகரிகப் படுத்தும் நோக்கில் முன்னெடுக்கப்பட்ட திட்டங்கள், பூர்வகுடிகளைச் சார்ந்த மக்களின் அழிவுக்கு வழிகோலின என்பதைக் கனடாவில் கண்டுபிடிக்கப்பட்ட கல்லறைகள் சுட்டுகின்றன.[4] அமெரிக்கா, ஆஸ்திரேலியா, ஆசியா, ஆப்பிரிக்கா

---

1. *The Hindu*, 2.9.2021, 13.
2. Putin Takes Shot at West, but Says He'll Work to 'Normalize' Afghanistan, https://nyti.ms/439zqJq.
3. N. Gregory Mankiw, "Defending the One Percent," *Journal of Economic Perspectives*, 27, 3, 2013, 21–34, Joseph E. Stiglitz, "Of the 1%, by the 1%, for the 1%," https://bit.ly/3zyJeiE.
4. https://bbc.in/3KAdu39.

கண்டங்களில் அழிவின் சுவடுகள் பல உள்ளன. பன்முகக் கலாச்சார அடையாளங்களுடன் அந்தந்தக் கண்டங்களில் உட்குழுக்களாக வாழ்ந்தோர் நடுவில் ஒற்றைப் பரிமாணமானது திணிக்கப்பட்ட போது ஏற்பட்ட விபரீதங்கள் அவை.

மனிதர்கள் அனைவரும் பொது இயல்பு கொண்டவர்கள் என்னும் எண்ணத்தின் மேல் ஒற்றை அடையாளங்கள் கட்டி யெழுப்பப்பட்டன. சமூக உயிரிகள், பகுத்தறிவு உயிரிகள், நாகரிகம் படைத்தவர்கள், உலகளாவிய விழுமியங்களைக் கொண்டவர்கள் போன்ற பொதுமைகள் முன்வைக்கப்பட்டு காலனியாதிக்கத்தால் அரசியல் செயல்பாடாக அவை முன்னெடுக்கப்பட்டன.

பின்நவீனத்துவ மெய்யியலாளர்களான மூாக் தெரிதா, இம்மானுவேல் லெவினாஸ் போன்ற பிரெஞ்சுக்காரர்கள் மற்றவைகளை அழித்தல் என்பது எளிதல்ல என்றனர். அவற்றின் தனித்தன்மைகள் வெளிப்படும். அவைகளை ஒற்றை வரையறைக்குள் ஒதுக்குவதும் சாத்தியமில்லை. 'மற்றவைகளைப்' பெற்றிருக்கும் மனிதர்கள் வரையறைகளைக் கடந்தவர்கள். இக்கருத்துகளை முன்வைத்த இருபதாம் நூற்றாண்டைய பிரெஞ்சு மெய்யியலாளர்கள் மொழி, மதம், குலம், தேசிய ஒற்றை முற்றுண்மைகள் வன்முறைகளே என்றனர்.

நெகிழ்வுமிக்கச் சமூகங்கள்

ஓர் இடத்தில் வாழும் மக்கள் குழு எனச் சமூகத்தை விரிவான அர்த்தத்தில் வரையறுக்கலாம். அனைவரையும் பிணைக்கும் பொதுஅடையாளங்கள், உளப்பாங்குகள், இலக்குகள், விருப்பங்கள் போன்ற உள்ளீடுகளால் பிணைக்கப்பட்டவையாக அது இருக்கும். அக்குழுவுக்குள் இருப்பவர்கள் அவர்களைச் சார்ந்த அடையாளங்களைத் தங்களுக்குள் பகிர்ந்துகொள்வர். குழுவின் பகுதியாக உணரவும், ஏற்கப்படவும் இவை உதவுகின்றன.

இன்று ஒரு குறிப்பிட்ட இடத்தில் நிலையான அடையாளங் களுடனும் கருத்தியல்களுடனும் வாழும் சமூகம் சாத்தியமா? என்பது கேள்விக்குறியே. சமூகமானது பன்முக அடையாளம் நோக்கி நகர்ந்திருக்கிறது. ஒருவர் அவர் சார்ந்திருக்கும் சமூகத்தின் அடையாளம், உளப்பாங்கு, கருத்தியல் என்பவற்றோடு பிற குழுக்களுடைய உள்ளீடுகளையும் கொண்டிருக்கும் நிலை உருவாகி இருக்கிறது.

புலம் பெயர்தலும், வேலை, தொழில், கல்வி நிமித்தமாக இடம் விட்டு இடம் நகர்தலும், அன்றாடப் பயணங்களும் சாதாரண நிகழ்வுகளாக மாறிவிட்டன. இவற்றால், சமூகங்கள் நெகிழ்ச்சி மிக்கவையாக மாறி, அவற்றுள் மாற்று அடையாளங்களும் உளப்பாங்குகளும் கருத்தியல்களும் உட்புக

ஆரம்பித்திருக்கின்றன. ஒன்று இருந்த இடத்தில் இன்னொன்று வைக்கப்பட்டது என்பதைவிட கலவைகள் உருவாகி இருக்கின்றன என்று சொல்லுதலே தகும். தற்காலச் சூழலில் கிராமங்களானது மரபு மற்றும் நவீனத்தின் இயல்புகளை ஒரே நேரத்தில் கொண்டிருக்கின்றன. புலம் பெயர்ந்தவர்கள் வீடு திரும்புகையில் அணியும் ஆடைகள், பகிரப்படும் நலவாழ்வு, சமய வாழ்வு, அறிவியல் முன்னேற்றம் பற்றிய கருத்துகள் இதை வெளிப்படுத்துகின்றன. மேலும், நிலவியல் கடந்த நிகர்நிலை சமூகங்கள் இணையத்தின் துணையுடன் சமூக ஊடகங்கள் வழியாக உருவாகியிருக்கின்றன.

இவ்வாறாகப் புதுச் சமூக அமைப்புகள் முளைவிட்டிருப்ப தால் பலதரப்பட்ட சமூகக் குறிப்பீடுகள் உருவாகி இருக்கின்றன. தனிமனிதர்களும் பன்முக அடையாளத்துடனும் மற்றும் கருத்தியல்களுடனும் பல வேளைகளில் முரண்களுடன் வாழ்கிறார்கள். இதில் பன்னிலை அறிவாக்கமானது செயல்படு கிறது.

பல படிமங்களில் (பன்னிலை) மனிதன் சிந்திக்கும் போக்கானது அதுவும் பலவேளைகளில் முரண்படச் சிந்திக்கின்ற போக்குகளானதும் நிலவுகிறது என்பதை மோஸ்கோவிச்சி, மார்க்கோவா ஆகிய சமூக உளவியலாளர்கள் முன்வைத்தார்கள்.[5] சமூக வாழ்வு கோரும் தேவைகளுக்கும் வாழ்வின் சூழல்களுக்கும் ஏற்றவாறு இத்தகைய சிந்தனைமுறையை மனிதர்கள் முன்னெடுக்கிறார்கள். தொழில்ரீதியாக வர்த்தகச் சங்கம் ஒன்றில் உறுப்பினராக இருக்கும் ஒருவர் மத நம்பிக்கை சார்ந்து இன்னொரு குழுவுடன் தன்னை ஐக்கியப்படுத்திக்கொள்ள லாம். அவர், சமூகச் சேவை செய்யும் தன்னார்வத்தால் பிறிதொரு தொண்டு நிறுவனத்தில் உறுப்பினராக இருந்தவாறு சேவை செய்பவராக இருக்கலாம். இவ்வாறாக, அவர் சார்ந்திருக்கும் குழுக்கள் கோரும் விதிமுறைகளுக்கு ஏற்றவாறு அக்குழுவோடு இணைந்திருக்க முனைவர். அவ்வியக்கமோ அல்லது சமூகமோ, குழுவோ கோரும் அனைத்துடனும் அவர் முழுமையாக ஒத்துப் போக வேண்டிய அவசியம் இல்லாமலும் இருக்கலாம்.

சமூகமானது தன்னுடைய அடையாளத்தை மற்றவர்களிடமிருந்து வேறுபடுத்திப் பார்ப்பதன் மூலமாகவும் நிறுவிக்கொள்கிறது. அதாவது, 'நாங்கள்' 'அவர்கள்' என்னும் பிரிவினையில் உட்படுத்தி மற்றவர்களிடமிருந்து வித்தியாசமாக இருக்கின்றவற்றைத் தங்களுக்கென அடையாளப்படுத்திக் கொண்டு தங்கள் அடையாளத்தை நிறுவிக்கொள்கிறார்கள்.[6] அடையாளங்கள் என்பவை திடமான மாற்றமற்றவையாக

5. இந்நூலின் ஏழாவது கட்டுரையைப் பார்க்கவும்.
6. இந்நூலின் எட்டாவது கட்டுரையைப் பார்க்கவும்.

இல்லை என்பதே உண்மை. அவை, சலனமிக்கவையாக, நெகிழ்வுமிக்கவையாக, வாழும் சமூகத்தோடு ஏற்படுத்திக் கொள்ளும் தொடர்பாடல்கள் மூலமாகச் சமரசங்களுக்கும் மாற்றங்களுக்கும், மாற்றுஅடையாளங்களை ஏற்பதற்கும் உட்பட்டவையாக இருக்கிறது என்பதே உண்மை. பல குழுக்களில் உறுப்பினர்களாக இருப்பவர்கள் தாங்கள் குடும்ப, சமூக வாழ்விலிருந்து பெற்றிருக்கும் அடையாளங்களிலிருந்து வேறுபட்ட அடையாளங்களைச் சொந்தமாக்கிக் கொள்வதும் உண்டு.

கூட்டுச்சார்பு சமூகங்கள்

தற்போது மாற்றம் அடைந்திருக்கும் சூழலில் சமூகத்தைப் பிணைப்பவையாகக் கூட்டுச் சார்பானது நடைமுறைக்கு வந்திருக்கிறது. இப்படிப்பட்ட கூட்டுச்சார்பு சமூகங்களில் ஒற்றை அடையாளங்களோ, உளப்பாங்குகளோ அவசியமில்லை. மாறாக ஏதாவது ஒரு குறிப்பிட்ட செயல் திட்டம் போதுமான தாக இருக்கிறது. பல்வேறு பகுதிகளைச் சேர்ந்த மக்கள், பல அடையாளங்களைக்கொண்ட மக்கள், பலவிதமான விருப்பு வெறுப்புகளைக்கொண்டிருக்கும் மக்கள், பொதுவான சிலவற்றிற்காகச் சேர்ந்து வந்து கூட்டாக ஒரு காரியத்தை முன்னெடுப்பது இன்றைய பின் நவீனத்துவக் காலத்தில் சாத்தியமாகி இருக்கிறது. இதற்கான மிகத் துல்லியமான எடுத்துக்காட்டாக ஜல்லிக்கட்டுப் போராட்டத்தை முன்வைக்க முடியும். ஜல்லிக்கட்டு சார்ந்த மரபு, பண்பாடு, மனித நேயம், சமயம் சார்ந்த அடையாளங்களைக்கொண்ட சமூகக் குறியீடு களாக அவை பரப்பப்படுகின்றன. மக்களை ஒன்றிணைப்ப தற்குப் போதுமான செயல்திட்டத்தை வரையறுத்து அதனடிப்படையில் சமூகங்களை உருவாக்குதல் இன்று சாத்தியமாகி இருக்கிறது. கிரேட்டா தும்பர்க் என்னும் 18 வயதுடைய இளம்பெண் முன்னெடுக்கும் இயற்கைப் பாதுகாப்புப் போராட்டங்களில் உலகளாவிய அளவில் உறுப்பினர்கள் இணைந்திருக்கிறார்கள். *School Strikes 4 Climate, Fridays for Future and Youth for Climate* போன்றவை இது சார்ந்த அமைப்புகளாக இருப்பதைப் பார்க்கலாம்.[7]

சமூகத்தில் பொதுவாக முன்னெடுக்கப்படுகின்ற நிகழ்வு களில் பல விருப்பங்களைக்கொண்டவர்கள் சமூக நலப்பணிகளில் ஒருமித்துச் செயல்படுவதுண்டு. இன்றைய சூழலில் சுயஉதவிக் குழுக்களானவை பெரும்பாலும் இத்தகைய முறையில்தான் செயல்படுகின்றன. தங்களுடைய பொருளாதார ஏற்றத்திற்காகப்

---

7. Arita Holmberg, Aida Alvinius, "Children's Protest in Relation to the Climate Emergency: A Qualitative Study on a New Form of Resistance Promoting Political and Social Change," *Childhood*, Vol. 27(1) 2020 78–92.

பல மதங்களையும் வாழ்க்கைச் சூழல்களையும் கொண்ட மக்கள் ஒன்றாகக் கூடி, தங்களுக்குள் சிறுசேமிப்புகள் வழியாகவும், பிற உதவிகள் வழியாகவும் சேர்ந்து பணியாற்றுவதைக் காண முடியும். இவர்களும் இவர்கள் சார்ந்திருக்கும் குழுக்களும் இத்தகைய நோக்கத்துடன் செயல்படுவதுண்டு.

துர்க்கைம் அவர்கள் 'இயந்திரத்தன்மை வாய்ந்த' மற்றும் 'இயல்பார்ந்த' சமூகங்களைப் பற்றிப் பேசுகிறார். இயந்திரத்தன்மைகொண்ட ஒரு சமூகமானது முந்தைய காலங்களில் அல்லது மரபு வழிச் சமூகத்தில் சாத்தியமாயிற்று. பொதுவான கருத்துகளையும் நம்பிக்கைகளையும், அடையாளங்களையும் கொண்டவர்கள் தங்களுக்குள் சேர்ந்து வாழும் போக்கானது சாத்தியமாகி இருந்தது. அத்தகைய நிலையானது, எவ்விதமான தன்னிச்சையான தீர்மானங்களும் இல்லாமல் அதுவாகவே நடக்கும் ஒன்றாக இருந்தது. ஆனால், இயல்பு சார்ந்த அனைத்து உறுப்பினர்களும் பங்கேற்றிட உறுதியளிக்கும் குழுக்களானது பல செயல்களை ஒருமித்து முன்னெடுக்கிறது. இதில் பொதுவானவற்றைச் சார்ந்த சமூகமானது உருவாக்கப்படாமல் ஒருவரை ஒருவர் சார்ந்திருப்பதன் வாயிலாக ஒரு சமூகத்தை உருவாக்க வாய்ப்பளிக்கிறது. வாழ்வின் பல்வேறு வாழ்க்கைச் சூழல்களைச் சேர்ந்த மக்களை ஒன்றிணைத்து, ஒன்றாகச் செயல்பட வைக்கும் திட்டம் சார்ந்தவை இன்று சாத்தியமாகிறது.[8]

இச்சூழலில், பன்முகத்தன்மையானது பலவிதமான திறப்புகளையும் தந்திருக்கிறது எனலாம். நல்ல திட்டங்களை யார் முன்னெடுத்தாலும் அவை ஏற்புடையவைகளாக மாறும் பட்சத்தில் அத்தோடு இணைந்து செயல்படுவதற்காகப் பலர் ஒன்று திரளும் சூழலானது உருவாகி இருக்கிறது. கண்டங்களை, நாடுகளை, மொழிகளை, சாதிகளை, சமயங்களைக் கடந்த குழுக்களும் சமூகங்களும் உருவாவதற்கும் அதனடிப்படையில் பல்வேறு திட்டங்களை முன்னெடுப்பதற்குமான சாத்தியங் களானது திறக்கப்பட்டிருக்கிறது. பல வேளைகளில், இப்படிப் பட்ட ஒன்று திரள்தல்கள் யதார்த்தமாக அமைந்து விடுவதால் கொள்கைத் தெளிவும் இலக்கு நிர்ணயமும் முறையாக நடப்பதில்லை. இதனால், ஆபத்து சார்ந்தவையாகவும் அவை மாறுகின்றன. ஆகையால் மனித நேயம் காக்கின்ற நற்சமூகங்களை முன்னெடுக்க வேண்டிய கடமை அனைவருக்கும் உள்ளது. சமூகத்தைக் குறைகூறாமல், திறக்கப்பட்டிருக்கும் வாய்ப்புகளைப் பயன்படுத்தி நற்சமூகத்தை உருவாக்கிட முயல்தல் சிறந்தது.

---

8. Durkheim, E. *The Division of Labor in Society*, New York, Free Press, 1893.